“சொத்து...!”

ஸ்ரீவித்யா தேசிகன்

ISBN 979-8-89277-339-3

பொருளடக்கம்

ஆசிரியர் குறிப்பு

ஒரு பத்திரிகையாளராக இருந்த என்னை ஒரு எழுத்தாளராக அடையாளம் காட்டியது, தினமலர் நிறுவனத்தார் வெளியிட்ட என்னுடைய முதல் புத்தகமான பின்னணி பாடகி வாணி ஜெயராம் அவர்களின் இசைப் பயணத்தை பற்றிய களஞ்சிய பெட்டகம் “நாதமெனும் கோவிலிலே”. தினமலர் வாரமலரில் தொடராக வந்த இக்களஞ்சியப் பெட்டகம், உலகெங்கிலும் உள்ள தமிழ் வாசகர்களிடம் என்னை கொண்டு போய் சேர்த்தது என்று சொல்லலாம்...

அதற்குப் பிறகு நான் எழுதிய முதல் நாவல்தான் “வைதேகி காத்திருந்தாளோ...!”.

நாவல் வெளிவந்த உடனேயே, “அரை நாள்ல நான் அதை வாசிச்சு முடிச்சிட்டேன்... எவ்வளவு சுவாரசியமா இருந்தது தெரியுமா... புத்தகத்தை கீழே வைக்கவே முடியல... நீ இந்த நாவலோட நிறுத்திட கூடாது வித்யா... you should become a great novelist...” என்று அவருடைய ஆசிகளை எனக்கு தந்தவர் திருமதி வாணி ஜெயராம்...!

அது மட்டுமல்ல, “எதிர்பார்க்கவே முடியாத வித்தியாசமான திருப்பங்களுடன் அமைந்திருக்கிறது...!” என்று ‘வைதேகி காத்திருந்தாளோ...!’ நாவலை படித்த பிரபலங்கள் குறிப்பாக பத்மபூஷண் டாக்டர் (திருமதி) என். ராஜம் (வயலின் விதுஷி),

தமிழகத்தின் முதல் பெண் பப்ளிக் ப்ராஸிக்யூட்டர் திருமதி கௌரி அசோகன், கேரளாவில் மிகவும் பிரசித்தி பெற்ற மெரிலாண்ட் பிக்சர்ஸ் தயாரிப்பாளர் திரு முருகன், நடிகை (திருமதி)கே ஆர் விஜயா, நடிகை குமாரி சச்சு, நடிகை (திருமதி) லதா, நடிகை சீதா, கவியரசு கண்ணதாசனின் அண்ணன் ஏ எல் எஸ் அவர்களின் மருமகள் திருமதி ஜெயந்தி கண்ணப்பன், பத்திரிக்கையாளர் திரு. சேஷன் உட்பட பலரும் பாராட்டியுள்ளனர்...

இப்படி கலை உலகைச் சார்ந்த மூத்தோர்களின் ஆசிகளும் பாராட்டுக்களும்தான் என்னுடைய இரண்டாவது நாவலான, “சொத்து...!” என்னும் இந்த நாவலை எழுதத் தூண்டியது.... நிறைந்த மனத்துடன் மனம் திறந்து பாராட்டிய அவர்களுக்கெல்லாம் என் உள்ளம் கனிந்த நன்றிகள்....!

நாவலைப் பற்றிய ஒரு சிறு குறிப்பு...!

“சொத்து...!” என்ற இந்த நாவல் சரஸ்வதி, சுரேஷ் என்ற தம்பதியினர் வாழ்க்கையில் வரும் சுவாரஸ்யமான சம்பவங்களின் ஒரு தொகுப்பு... சரஸ்வதி ஒரு சைக்காலஜிஸ்ட்- சுரேஷ் ஒரு ஜெயிலர்... ஜெயிலில் நடக்கும் சுவாரஸ்யமான சம்பவங்கள்- ஒரு கைதியின் சொந்த வாழ்க்கையுடன் பின்னப்பட்டிருக்கும் ஒரு ஜெயிலரின் வாழ்க்கை - இப்படி கதையினுள் பல சுவாரசியங்கள்... ஒரு ஜெயிலருக்கும் கைதிக்கும் அப்படி என்ன தொடர்பு இருக்க முடியும்? இப்பொழுதே கிளைமாக்ஸை சொல்லி விட முடியுமா..? எடுத்த எடுப்பிலேயே கிளைமாக்ஸை சொல்லிவிட்டால் எப்படி? கதையை படித்து சுவாரசியத்தை தெரிந்து கொள்ளுங்கள்...!

‘வைதேகியின் நல்ல மனது...!’

“என்ன வைதேகி, உன் குழந்தையை அந்த சரஸ்வதி நடத்துற க்ருஷ்ல்லயா (crèche) விட்ருக்க? நான் சொல்றத கேளு - அந்த இடம் வேண்டவே வேண்டாம்பா! முதல்ல உன் குழந்தைய வேற எதனா ‘க்ருஷ்’ல மாத்திடு… போயும் போயும் இத்தனை நாள் அந்த சரஸ்வதி கிட்ட நம்ம குழந்தையை விட்டு வச்சிருந்தோமேன்னு திடீர்னு நேத்து ராத்திரியெல்லாம் எனக்கு ஒரே சிந்தனை, அதனால காலைல எழுந்தவுடனேயே, என் கணவர் கிட்ட சொல்லிட்டு கிளம்பிட்டேன் - இப்ப வேற ஏதாவது ‘கிருஷ்’ (crèche) கிடைக்குமான்னு தேடிகிட்டிருக்கேன். இங்கிருந்து ஏழாவது தெருவில் ஒரு ‘க்ருஷ்’ இருக்கறதா சொன்னாங்க, அங்கேதான் இப்ப போயிட்டு இருக்கேன்” என்று வினோதா சொல்ல, “என்ன திடீர்னு உனக்கு கவலை? நம்ம தெருவிலேயே இருக்கிற ‘க்ருஷ்’ஷை விட்டுட்டு, ஏன் அவ்வளவு தூரம் போகணும் வினோதா - நம்ம சரஸ்வதி மேடம் நடத்துற ‘க்ருஷ்’ இந்த ஏரியாவில் நல்ல ‘க்ருஷ்’ ஆச்சே - அவங்களும் குழந்தைகள ரொம்ப நல்லா பார்த்துக்கறாங்களே… அது மட்டும் இல்ல என் பொண்ணுக்கு கூட சரஸ்வதி ஆன்ட்டினா அவ்ளோ பிடிக்கும்… எல் கே ஜி படிக்கிற அவளுக்கு, தினமும் காலையில ஸ்கூலுக்கு போகணும்னா ஒரே அழுகை - தினமும் அவள ஸ்கூலுக்கு அனுப்பறதுக்குள்ள போதும் போதும் ஆயிடும் - ஒரு

வழி பண்ணிடுவா - ஆனா சனிக்கிழமை ஆச்சுன்னா ஸ்கூல் லீவு, அதனால சனிக்கிழமைகளில் மட்டும் எனக்கு அவள கிளப்பற டென்ஷனே கிடையாது - அவளே காலையில் எழுந்து குளிச்சிட்டு 'க்ருஷ்'க்கு போறதுக்கு நீட்டா ரெடி ஆயிடுவா - எனக்கு அவ்வளவு ரிலாக்ஸ்டா இருக்கும் - இன்னிக்கி சனிக்கிழமை ஸ்கூல் லீவு ஆனா எனக்கு ஆபீஸ் உண்டு இப்ப கூட அவளை 'க்ருஷ்'ல விட்டுட்டு வரும்போது தான் உன்ன பார்த்தேன்-சரஸ்வதி ஆன்ட்டின்னா அத்தன இஷ்டம் அவளுக்கு. அவ்வளவு நல்ல 'க்ருஷ்'ஷை விட்டுட்டு யாராவது தூர இருக்கிற 'க்ருஷ்'ல குழந்தையை விடணும்னு நினைப்பாங்களா?" என்று வைதேகி பதிலுக்கு கேட்க... "குழந்தைகளுக்கு என்ன தெரியும்... அந்த சரஸ்வதிக்கு குழந்தை இல்லை... நேத்து நான் டிவில பார்த்தேன் - குழந்தை இல்லாத ஒரு பெண்ணை பத்தின கதை அது - அப்பதான் எனக்கு டக்குன்னு ஸ்ட்ரைக் ஆச்சு.... அந்த சரஸ்வதிக்கு குழந்தையே இல்லை அவ கை பட்டா நம்ம குழந்தை விளங்குமான்னு... அது மட்டும் இல்ல, அந்த காலத்துல பெரியவங்கெல்லாம் இந்த மாதிரி குழந்தை இல்லாதவங்கள சீமந்தம்,வளைகாப்பு, இப்படி எதுக்குமே கூட கூப்பிட மாட்டாங்க தெரியுமா..." என்று வினோதா சொல்ல, "என்ன வினோதா இப்படி பேசுற - உன்கிட்ட நான் இதை எதிர்பார்க்கவே இல்லை, போன வாரம் எங்க ஆபீஸ் கொலீக் (colleague) சீதாவோட குழந்தைக்கு திடீர்னு பிட்ஸ் வந்து, சரஸ்வதி தான் அந்த குழந்தையை ஹாஸ்பிடல்ல அட்மிட் பண்ணி கூடவே இருந்து பாத்துட்டு இருந்திருக்காங்க ... சீதாவுக்கு அந்த நேரத்துல அவுட் ஸ்டேஷன் டியூட்டி - அவங்க ஹஸ்பண்ட் ஆபீஸ்ல ஆடிட்டிங், அதனால ரெண்டு பேரையுமே அவ்வளவு ஈஸியா காண்டாக்ட் பண்ண முடியாம இருந்திருக்கு... அதுக்கப்புறம் அவங்க வந்து பார்த்தப்போ குழந்தை டேஞ்சர் லெவலை தாண்டி நார்மலுக்கு வந்துட்டான் அதுவரைக்கும் கூட இருந்து கவனிச்சுக்கிட்டது,, சரஸ்வதி தான்... 'சரஸ்வதி இல்லன்னா என் குழந்தையை

உயிரோடவே பார்த்திருக்க முடியாது'ன்னு சீதா கண்ணீரோடு சொன்னது இன்னும் என் கண்ணு முன்னாடி தெரியுது.... இத பத்தி நான் சரஸ்வதி மேடம் கிட்ட கேட்டப்போ, "எல்லா குழந்தையும் என் குழந்தை தானே... குழந்தை பட்ட கஷ்டத்தை தான் என்னால தாங்க முடியல... கடவுளிடம் வேண்டிக் கொண்டே இருந்தேன்... நல்ல வேளை நல்லபடியா குழந்தை ஆனதே போதும் எனக்கு..." ன்னு கண்களில் நீர் தளும்ப சொன்னத என்னால மறக்கவே முடியாது...

"வேணி" என்று அலறி அடித்துக் கொண்டு நடு இரவில் எழுகிறாள் சரஸ்வதி... "இப்படி எத்தனை நாள் தான் குழந்தை வேணியை நெனச்சு அலறி அடிச்சு எழுந்து அழுதுகிட்டு இருக்க போற, நீ இப்படி அழுதுகிட்டே இருந்தா என் மனசு தாங்காது ... ஒரு குழந்தையை தத்து எடுத்துக்கலாம் தான் ஆனா ஒரு குழந்தையை தத்தெடுத்துகிட்டா அந்த குழந்தைக்கு மட்டும் தான் நீ தாயா இருக்க முடியும் ஆனா அத்தனை குழந்தைகளை நீ பார்த்துக்கும் போது, உனக்கு எவ்வளவு மகிழ்ச்சியா இருக்கும் தெரியுமா... ... பணத்துக்காக இல்ல உன் மனசு நிம்மதிக்காக நீ ஒரு 'க்ரிஷ்' ஆரம்பிச்சே தீரணும்..."

இது மாதிரி இந்த காலத்துல யார் இருப்பாங்க சொல்லு? அது மட்டுமில்ல உனக்கு ஒண்ணு சொல்றேன் - என்ன தான் குழந்தை பெற்றெடுக்கிற பாக்கியத்தை ஆண்டவன் நமக்கு கொடுத்திருந்தாலும் நம்ம குழந்தையை வளர்க்கிற பாக்கியத்தை சரஸ்வதிக்கு தானே கொடுத்திருக்காரு... புராண கதைகள் நாம கேக்குறது மட்டுமில்ல, நமக்கான பாடம் ஒவ்வொரு கதையிலும் இருக்கு ...புராணகாலத்தில் கிருஷ்ண பகவான் கிட்ட அவரோட மனைவியான சத்தியபாமா, இன்னொரு மனைவியான ருக்மணி வீட்ல இருக்கிற மாதிரி பாரிஜாத மரம் தன் வீட்டிலேயும் வேணும்ன்னு பொறாமை பட்டு கேட்டப்போ, அவங்க மனசுல இருக்கிற அந்த எண்ணத்தை புரிஞ்சுகிட்டு, "உனக்கு மரம் தானே வேணும்"ன்னு சொல்லி, மரத்தை சத்தியபாமா வீட்ல வச்சு, பக்கத்து வீடான ருக்மணி வீட்ல பாரிஜாத புஷ்பமெல்லாம் விழற மாதிரி செஞ்சாராம்... அந்த கதை தான் எனக்கு ஞாபகம் வருது... அதனால உன்னோட ஒரு குழந்தை மட்டுமில்ல 'க்ரஷ்'ல இருக்கிற அத்தனை குழந்தைகளோடையும் இருக்கிற பாக்கியத்தை சரஸ்வதி மேடத்துக்கு தான் கொடுத்திருக்காரு அந்த இறைவன்... அதோட இந்த ஏரியாவுக்கு நீ வந்து கொஞ்ச நாள் தானே ஆகுது - அதனால உனக்கு தெரியல - அவங்களுக்கு ஒரு மகள் இருந்தா- சில வருஷங்கள் முன்னாடி, திடீர்னு ஒரு ஆக்சிடெண்ட்ல அந்தப் பெண் இறந்து போயிட்டா... அதிலிருந்து கொஞ்சம் கொஞ்சமா மீண்டு வந்த சரஸ்வதி மேடம் இப்பதான் இந்த creche மூலமா கொஞ்சம் நிம்மதியா இருக்காங்க.. அதை புரிஞ்சுக்கோ "என்று ஆணித்தரமாக சொன்ன வைதேகியின் கண்களை நேரடியாக பார்க்க முடியாமல் தலையை கவிழ்ந்து கொள்கிறாள் வினோதா...

"வேணி" என்று அலறி அடித்துக் கொண்டு நடு இரவில் எழுகிறாள் சரஸ்வதி... "இப்படி எத்தனை நாள் தான் குழந்தை வேணியை நெனச்சு அலறி அடிச்சு எழுந்து அழுதுகிட்டு இருக்க போற, நீ இப்படி அழுதுகிட்டே இருந்தா என் மனசு தாங்காது ... ஒரு குழந்தையை தத்து எடுத்துக்கலாம் தான் ஆனா ஒரு குழந்தையை தத்தெடுத்துகிட்டா அந்த குழந்தைக்கு மட்டும் தான் நீ தாயா இருக்க முடியும் ஆனா அத்தனை குழந்தைகளை நீ பார்த்துக்கும் போது, உனக்கு எவ்வளவு மகிழ்ச்சியா இருக்கும் தெரியுமா... ... பணத்துக்காக இல்ல உன் மனசு நிம்மதிக்காக நீ ஒரு 'க்ரிஷ்' ஆரம்பிச்சே தீரணும்..." என்று கணவர் சுரேஷும் சொல்ல அப்படி ஆரம்பிக்கப்பட்டது தான் இந்த 'க்ரிஷ்'... இப்படி சரஸ்வதி பற்றி தெரிந்த எல்லோருமே அவள் மன நிம்மதிக்காக ஆரம்பிக்கப்பட்ட இந்த creche - ல் தங்கள் குழந்தைகளை விட, குழந்தைகளை பார்க்க பார்க்க அத்தனை சந்தோஷமாகவும் மகிழ்ச்சியாகவும் இருந்தது சரஸ்வதிக்கு... சரஸ்வதி சைக்காலஜியில் முதுகலை பட்டம் பெற்றிருந்ததால், குழந்தைகள் சைக்காலஜி அவளுக்கு அத்துப்படி ... நாளடைவில் குழந்தைகளின் மழலை பேச்சும் அவர்களுடன் விளையாடுவதும் இப்படி கொஞ்சம் கொஞ்சமாக தன் சோகத்தை மறக்க ஆரம்பிக்கிறாள் சரஸ்வதி... அதுமட்டுமல்லாமல் கணவர் சுரேஷும் அந்த ஊரின் சிறைச்சாலையில் ஜெயலராக இருப்பதால், அனுமதி பெற்று வாலண்டரியாக, ஒரு சேவையாக இலவசமாக, சிறைச்சாலை கைதிகளுக்கு கவுன்சிலிங்கும் கொடுத்து வந்தாள் சரஸ்வதி...

‘வினுவும் என் குழந்தை போல தான்!’

ஒவ்வொரு முறையும் குழந்தைகள் தினமான நவம்பர் பதிநான்கை ஒட்டி வரும் ஞாயிற்றுக்கிழமையன்று ‘க்ருஷி’ல் இருக்கும் குழந்தைகளும் அவர்களின் பெற்றோர்களும், சரஸ்வதியும், அவள் கணவர் சுரேஷும் எல்லோரும் சேர்ந்து கொண்டு கொண்டாடுவது வழக்கம்… சில நேரங்களில் அவுட்டிங் செல்வதும் உண்டு. இந்த முறை அதே ஊரில் இருக்கும் மிகப்பெரிய வனவிலங்கு சரணாலயத்திற்கு எல்லோருமாக ஒரு பஸ் அரேஞ்ச் செய்து கொண்டு செல்கின்றனர்…

குழந்தைகள் மட்டுமல்ல பெரியவர்களும் அத்தனை குதூகலமாக ஒவ்வொரு வனவிலங்கை பற்றியும், பறவைகளைப் பற்றியும், அங்கே எழுதப்பட்டிருக்கும் குறிப்புகளை படித்து அவற்றைப் பார்த்து பார்த்து சந்தோஷம் படுகின்றனர்… உண்மையிலேயே இம்மாதிரி இடங்களுக்கு செல்லும் பொழுது எவ்வளவு டென்ஷன் ஃப்ரீயாக ஒரு குழந்தை போல உணர்கிறோம்! வேறு எதுவுமே நம் நினைவுக்கு வருவதே இல்லை…

அங்கிருக்கும் வனவிலங்கு சரணாலய அலுவலகத்திற்கு சென்று, “நாங்க ஒரு குரூப்பா வந்திருக்கோம் சார் - வந்தபோது

இங்கே இருக்கிற யானை, சிங்கம், பறவைகள் இப்படி எல்லாத்துக்குமே உணவுக்கு ஸ்பான்சர் பண்ணலாம் அப்படின்னு சொன்னாங்க... அதுக்காக தான் ஆபீஸ் தேடி வந்தோம்..." என்று சுரேஷ் சொல்ல, "ஆமா சார் ஒவ்வொரு பறவைக்கும், விலங்குக்கும், ஒவ்வொரு அமௌன்ட் வச்சிருக்கோம் - நீங்க முழுசா ஸ்பான்சர் பண்ணாலும் சரி, இல்ல உங்களால முடிஞ்சது எவ்வளவோ அவ்வளவு கொடுத்தாலும் சரி... எங்களுக்கு இங்க மெயின்டனன்ஸ் பத்தி ஒரு கவலையும் கிடையாது - அரசாங்கத்திலிருந்து இதுக்கான பண்ட் எங்களுக்கு திருப்திகரமா கிடைச்சுக்கிட்டு இருக்கு, ஆனாலும் பொதுமக்களுக்கும் பறவைகள், விலங்குகள் பற்றிய விழிப்புணர்வு ஏற்படணும் அப்படின்ற காரணத்துக்காகத்தான் அரசாங்கத்துல இந்த திட்டத்தை கொண்டு வந்திருக்காங்க.." என்று அந்த அலுவலர் சொல்லிக் கொண்டே போக, "பிள்ளையார் சதுர்த்தி அப்போ யானைக்கு ஸ்பான்சர் பண்ணி இருக்கணும்னு எங்க டீம்ல எல்லாரும் சொல்லிக்கிட்டே வந்தாங்க - பிள்ளையார் சதுர்த்தி அப்பதான் பண்ணணுமா என்ன - எப்ப பண்ணாலும் அதே மன திருப்தி கிடைக்கும்ன்னு சொல்லி எல்லாரையும் கூட்டிட்டு வந்தேன்... ஒரு நாள் உணவு யானைகளுக்கு நாங்க எல்லாம் சேர்ந்து ஸ்பான்சர் பண்றோம்- நீங்க கொடுக்கிற உணவில் உங்க அனுமதியோட யானை கிட்ட போயி என்ன கொடுக்க முடியுதோ அதை கொடுக்கணும்னு குழந்தைகள் உட்பட எல்லாரும் பிரியப்படறாங்க" என்று எல்லோருமாக சேர்ந்து பணத்தைக் கட்டி ரசீது பெற்றுக் கொள்கிறார்கள் - அந்த அலுவலர் மிகவும் சந்தோஷத்துடன், "சார் யானை மட்டும் இல்லை இங்கு இருக்கிற ஒவ்வொரு பறவைகளும் விலங்குகளும் கடவுளோடு அம்சம் தான்னு பழகுற எங்களுக்கு தான் தெரியும்..." என்று சிரித்துக் கொண்டே,

ஒரு நபரை அழைத்து, “இவங்களையெல்லாம் யானைகள் இருக்கிற அந்த இடத்துக்கு பேட்டரி கார்ல கூட்டிட்டு போய் விட்டுடுங்க... அவங்க இன்னிக்கி யானைகளுக்கு உணவுக்கு ஸ்பான்சர் பண்ணியிருக்காங்க - இன்னிக்கு நம்ம கணேசன் தானே டியூட்டில இருக்கிற யானை பராமரிப்பாளர் அவர் கிட்ட சொல்லிடுங்க “என்று சொல்லி அனுப்புகிறார்.

கொஞ்சம் சாதுவான நடுத்தர வயதுள்ள யானையிடம் அழைத்துப் போகும் பராமரிப்பாளர், “யாரும் யானைகளை சீண்டாம, யானைக்கு தொந்தரவு கொடுக்காம இந்த feed- ஐ கொஞ்சம் கொஞ்சமா கொடுக்கணும்...” என்று உடனிருந்து பத்திரமாக அழைத்துச் செல்கிறார். விருப்பப்பட்ட பெரியவர்களும் அவரின் கண்காணிப்போடு யானைகளுக்கு அவர் கொடுத்த உணவை வழங்குகின்றனர்...

> “கர்ப்பமாயிருந்த லட்சுமி யானையை வெளியே கட்டிப் போட்டுட்டு போய்ட்டாரு.. அவருக்கும் அன்னைக்கு ஏதோ குடும்பக் கவலை... அதனால் வந்த வினை தான்... அதிகாரிகள் அவருக்கு சஸ்பென்ஷன் கொடுத்தாலும், காலம் பூரா தண்டனை வினவுக்கும், அதை பார்த்து பார்த்து கவலைப்படுற லட்சுமி யானைக்கும் தானே ... எல்லா உயிரினமும் நம்மள மாதிரி தான் அத நம்ம கண்ணு மாதிரி பாத்துக்க வேண்டாமா - வினுவை பார்க்கும் போதெல்லாம் எனக்கு மனசே தாங்கறதில்ல ...” என்று கண்கள் கலங்கி அவர் சொல்ல சொல்ல, கனத்த மனத்துடன் எல்லோரும் அங்கிருந்து கிளம்புகின்றனர்...

யானைகள் என்றாலே எல்லோருக்கும் பிடிக்கும், அதிலும் குழந்தைகளுக்குக் ஒரே குதூகலம் தான் - அதுவும் யானைகளுக்கு உணவு கொடுப்பது என்றால் கேட்கவே வேண்டாம்... மகிழ்ச்சியோடு எல்லோரும் இருக்க, அங்கே ஒரு தாய் யானை தன் குட்டியுடன் கொஞ்சி விளையாடிக் கொண்டிருப்பதை பார்த்ததும் எல்லோருக்குமே மகிழ்ச்சி... யானை காப்பாளரிடமிருந்து தாய் யானையின் பெயர் லக்ஷ்மி என்றும் குட்டி யானையின் பெயர் வினு என்றும் தெரிந்து கொள்கின்றனர்... குட்டி யானையான வினு தன் தாயின் அடியில் மெதுவாக சுற்றி சுற்றி சென்று சற்று சிரமத்துடன் விளையாடிக் கொண்டிருக்கிறது. அதற்கு காலில் ஏதோ அடிப்பட்டிருக்கிறது என்று சொல்லிக் கொண்டே அதன் அருகில் சென்று பார்த்த போதுதான் வினுவிற்கு ஒரு கால் ஊனமாக இருப்பது தெரிந்து, எல்லோருக்கும் வருத்தமாகிவிடுகிறது ... 'உனக்கு ஒண்ணும் இல்லடா கண்ணு எல்லாம் சரியாயிடும்' என்பதுபோல அம்மா யானை குட்டி யானையின் கால்களை துதிக்கையால் தொட்டு

தொட்டு வருடிக்கொண்டிருந்தது மனதை ஏதோ செய்கிறது... அந்த வினு குட்டியின் கால்களில் அழகான கொலுசுகளை மாட்டியிருந்தார் யானை காப்பாளர்..., "இந்த யானை குட்டியை பார்க்கும்போது அப்படியே அந்த பிள்ளையாரப்பனை பார்க்கிற மாதிரியே இருக்கு... அவ்வளவு அழகான முகம்... "என்று வைதேகி சொல்ல, யானை பராமரிப்பாளர், "எனக்கு வினு குட்டின்னா உயிர் மேடம்... தினமும் அத குளிப்பாட்டி, சாப்பாடு ஊட்டி, எல்லாத்தையும் பாத்துக்குவேன்... வினு என் பொண்ணு அதனாலதான் அதுக்கு கொலுசு கூட வாங்கி போட்டுவிட்டேன்.." என்று சந்தோஷமாக சொல்லிக்கொண்டே, "நம்ம வினு குட்டி சரியான வாலு... ஒரு நிமிஷம் சும்மா இருக்காது... எனக்கு அதை பார்க்கும் போதெல்லாம் இவ்வளவு அழகான குழந்தைக்கு கால் இப்படி ஆயிடுச்சேன்னு ரொம்ப வருத்தமா இருக்கும்... சில நேரங்களில் மனிதர்களோட கவனக்குறைவு கூட இந்த மாதிரி நடக்கறதுக்கு காரணமா ஆகிறதுதான் ரொம்ப வருத்தமான விஷயம் மேடம் ... ஒருநாள் கிரகணத்தப்போ இங்கே இருந்த எங்க சக ஊழியர் ஒருத்தர் ஞாபகம் இல்லாம கர்ப்பமாயிருந்த லட்சுமி யானையை வெளியே கட்டிப் போட்டுட்டு போய்ட்டாரு.. அவருக்கும் அன்னைக்கு ஏதோ குடும்பக் கவலை... அதனால் வந்த வினை தான்... அதிகாரிகள் அவருக்கு சஸ்பென்ஷன் கொடுத்தாலும், காலம் பூரா தண்டனை வினவுக்கும், அதை பார்த்து பார்த்து கவலைப்படுற லட்சுமி யானைக்கும் தானே ... எல்லா உயிரினமும் நம்மள மாதிரி தான் அத நம்ம கண்ணு மாதிரி பாத்துக்க வேண்டாமா - வினுவை பார்க்கும் போதெல்லாம் எனக்கு மனசே தாங்கறதில்ல ..." என்று கண்கள் கலங்கி அவர் சொல்ல சொல்ல, கனத்த மனத்துடன் எல்லோரும் அங்கிருந்து கிளம்புகின்றனர்...

‘வாரிசு....?!’

சரஸ்வதி வீட்டின் பக்கத்து வீட்டில் வசிப்பவர்கள் தான், வசந்தி டீச்சரும், வசந்தி டீச்சரின் சித்தப்பாவும்... வசந்தி டீச்சர் திருமணம் செய்து கொள்ளவில்லை... வசந்தி டீச்சரின் சித்தப்பாவுக்கும் வேறு யாருமில்லை என்பதால், வயதான தன் சித்தப்பா தனியே சமைத்து சாப்பிட வேண்டாம் என்று அவர் கூடவே இருந்து, வசந்தி அவரை பார்த்துக்கொண்டார்.

வசந்தி டீச்சரின் சித்தப்பா விவசாயியாக இருந்தவர். வயதான காலத்தில் தனியாக இருந்து விவசாயம் செய்ய முடியாததால், தன்னுடைய நிலங்களை எல்லாம் விற்று, வங்கி சேமிப்பில் வைத்துக்கொண்டு அதில் வரும் வருமானத்தில் வாழ்ந்து வந்தார். வசந்தி, அவர் வருமானத்தை பற்றிக் கேட்டதும் கிடையாது - அதில் ஒரு பைசா கூட எதிர் பார்த்ததும் இல்லை. அதேபோல பண விவகாரங்களைப் பற்றி அவரும் வசந்தியிடம் எதுவும் பேசியது கிடையாது ...

ஒரு நாள் அந்த வயதான சித்தப்பா திடீரென்று மாரடைப்பில் தூக்கத்திலேயே இறந்து விட, வேறு யாருமே இல்லாததால் சரஸ்வதியும் சுரேஷும் தான் வசந்தி டீச்சருக்கு துணையாக இருந்து ஈமச் சடங்குகளை எல்லாம் செய்து முடிக்கின்றனர்...

ஆயிற்று, எல்லாம் முடிந்து ஒரு மாதம் ஆன பிறகு, ஒருநாள் மதியம் வசந்தி டீச்சர் சரஸ்வதியை பார்க்க வீட்டிற்கு

வந்து, "சரஸ்வதி, உனக்கு நல்லா தெரியும் நான் எப்பவுமே சித்தப்பாவோட பணத்தை எதிர்பார்த்ததே கிடையாது - அதே மாதிரி அவரும் என்கிட்ட இவ்வளவு சேமிப்பு வச்சிருக்கேன்னு சொன்னது கிடையாது... சித்தப்பாவோட பெட்டியை கிளீன் பண்ணப்போ இந்த டைரி கிடைச்சது - ஒரு குறிப்பிட்ட வங்கியோட ஃபிக்ஸட் டெபாசிட்டில் அவருடைய நிலம் வித்து வந்த பணத்தை போட்டு வச்சிருக்கறதா குறிப்பிட்டதோட, 'எனக்காக இவ்வளவு செஞ்ச என் அன்பு மகள் வசந்திக்கு'ன்னு இந்த டைரியில் எழுதி வச்சிருந்தாரு... ஆனா அந்த வங்கியில் போய் கேட்டப்போ எனக்கு சரியான பதில் கிடைக்கல... "என்று வசந்தி தயங்கித் தயங்கி சொல்லவும், "பெரியவங்க, சில நேரங்களில் சர்ப்ரைஸா இருக்கணும்னு இப்படி ரகசியமா வெச்சிட்டு போயிடுறாங்க... நான் எங்க வீட்டுக்காரர் மூலமா விசாரிச்சு பார்க்க சொல்றேன், நீங்க கவலை படாதீங்க... "என்ற சரஸ்வதி, அன்று சுரேஷ் டூட்டி முடிந்து வந்தவுடன் இதைப் பற்றி சொல்கிறாள். சுரேஷ் டிபார்ட்மெண்டில் தனக்கு தெரிந்த வட்டாரத்தின் மூலம் விசாரித்தபோது, வங்கியிலிருந்து, "ஆமாங்க இங்க ஸ்ரீனிவாசன் அப்படின்ற எழுவத்தி ஐந்து வயது முதியவர் fixed டெபாசிட் வச்சிருந்தாரு... ஆறு மாசம் முன்னாடி போட்ட டெபாசிட். அஞ்சு வருஷத்திற்கான டெபாசிட் அது ஆனா பாருங்க, டெபாசிட் போட்ட அஞ்சே மாசத்திலேயே அவரு இறந்துட்டாரு ... டெத் சர்டிபிகேட் கொடுத்து வத்சலான்னு அவரோட நாமினி அக்கவுண்டுக்கு, மாத்தி வித்ட்ரா பண்ணிட்டு போய்ட்டாங்க... "என்று சொல்லிக் கொண்டே போனவருக்கு, ஏதோ பொறி தட்ட," கொஞ்சம் இருங்க" என்று மறுபடியும் உள்ளே போய் செக் செய்து திரும்பிவந்து மேலும் ஒரு அதிர்ச்சியான தகவலை சொல்கிறார் ...

> "நீங்க என்னோட ஃப்ரண்ட் அப்படின்றதனால ஒரு இன்ப-ர்மேஷன் சொல்றேன்... அந்த வத்ஸலா எங்க branch ல வேலை பார்த்த கோபி அப்படின்றவரோட மனைவி... அந்தப் பெரியவர் எப்ப வந்தாலும் அந்த கோபி கிட்ட தான் பேசிட்டு போவார்.... கோபிக்கு ரொம்ப க்ளோஸ்... அந்த பெரியவர் வச்சிருந்த டெபாசிட் தொகை 30 லட்ச ரூபாய். எங்க பேங்க்ல பாருங்க எல்லாமே ஆன்லைன்ல தான். அதனால பிக்ஸ்ட் டெபாசிட் ரசீது கொடுக்கறது இல்ல. ஸ்டாஃபா இருந்துகிட்டு, இவ்வளவு பெரிய அமௌன்ட் தன்னை நாம்னியா போ-ட்டுகிட்டால் நாளைக்கு கன் கரண்ட் ஆடிட்டில் ஏதாவது பிர-ச்சனை வரப்போகுதுன்னு மனைவி பேர நாமினியாக போ-ட்டிருக்காரு - எவ்ளோ பெரிய கில்லாடி பாருங்க..."

"நீங்க என்னோட ஃப்ரண்ட் அப்படின்றதனால ஒரு இன்பர்மேஷன் சொல்றேன்... அந்த வத்ஸலா எங்க branch ல வேலை பார்த்த கோபி அப்படின்றவரோட மனைவி... அந்தப் பெரியவர் எப்ப வந்தாலும் அந்த கோபி கிட்ட தான் பேசிட்டு போவார்.... கோபிக்கு ரொம்ப க்ளோஸ்... அந்த பெரியவர் வச்சிருந்த டெபாசிட் தொகை 30 லட்ச ரூபாய். எங்க பேங்க்ல பாருங்க, எல்லாமே ஆன்லைன்ல தான். அதனால பிக்ஸ்ட் டெபாசிட் ரசீது கொடுக்கறதில்ல. ஸ்டாஃபா இருந்துகிட்டு,

இவ்வளவு பெரிய அமௌன்ட் தன்னை நாம்னியா போட்டுகிட்டால் நாளைக்கு கன் கரண்ட் ஆடிட்டில் ஏதாவது பிரச்சனை வரப்போகுதுன்னு மனைவி பேர நாமினியாக போட்டிருக்காரு - எவ்ளோ பெரிய கில்லாடி பாருங்க.. விஆர்எஸ் வாங்கிகிட்டு போயிட்டாரு ... இப்போ இந்த ஊரிலேயே இல்லன்னு சொல்றாங்க ...இப்போ எங்க இருக்காரு அப்படின்ற விவரங்கள் யாருக்கும் தெரியலை... அவரை அப்படியே தேடி கண்டுபிடித்து கேட்டாலும், 'அந்தப் பெரியவர் தான் என் Wife-பை நாமினியா போட்டு கையெழுத்துப் போட்டுக் கொடுத்தார்' அப்படின்னு சுலபமா சொல்லிடலாம்... எங்க பேங்க்னு இல்ல இப்பல்லாம் நிறைய பேங்க்களிலே FD சர்டிபிகேட் கொடுக்கிறதில்லை எல்லாமே ஆன்லைன் தான்... ஒரு நபர் இறந்துட்டா 'டெத் சர்டிபிகேட்' ஆன்லைன்ல இருந்து எடுக்கிறது ரொம்ப சுலபம். அதனால நாமினியா இருக்கறதுனால ஆன்லைன் பிக்ஸ் டெபாசிட் ரசீதும், இன்டர்நெட்டில் இருந்து எடுக்கப்பட்ட டெத் சர்டிபிகேட்டும் மட்டுமே போதும் அவங்க அக்கவுண்டுக்கு பணத்தை ட்ரான்ஸ்ஃபர் பண்ணிக்கிறதுக்கு ...ரொம்ப ஈஸியா பண்ணிட்டு போய்ட்டாங்க, வீட்ல இருக்கிற பெரியவங்க நிச்சயமா பண விஷயங்களில் வீட்டுக்கு தெரியாம வெச்சுக்கிறது இந்த மாதிரியான பிரச்சனைகளை நிச்சயமா தரும்னு புரிஞ்சுக்கணும் - நாமதாங்க ஜாக்கிரதையா இருக்கணும்..." என்று அந்த வங்கி ஊழியர் சொல்ல, அந்தத் தகவலை சுரேஷிடம் தெரிவிக்கிறார் டிபார்ட்மெண்ட் நண்பர்...

"சட்டப்படி ஆக்ஷன் எடுக்க முடியாதபடி நம்ம மத்தியிலேயே இப்படிப்பட்ட கிரிமினல்ஸ் இருக்காங்க... நாம உஷாரா இல்லேன்னா என்னென்னமோ நடக்குது இப்பல்லாம்..." என்ற இந்த விவரத்தை சரஸ்வதியிடமும், வசந்தி டீச்சரிடமும் வருத்தத்துடன் சொல்கிறார் சுரேஷ்...

‘சிங்கப்பூர்! சிங்கப்பூர்!’

அந்த ஏரியாவை பொறுத்தவரையில், குழந்தைகளை வீட்டில் இருந்து கவனித்துக் கொள்ள முடியாத சூழ்நிலையில், சரஸ்வதியின் "க்ரிஷ்" (creche) தான் எல்லோருக்குமே சுலபமாக இருந்தது... கீதாவிற்கு வங்கியில் வேலை - கீதாவின் மகனும் மருமகளும் ஐடி கம்பெனியில் வேலை ... எல்லோரும் அலுவலகம் சென்று விடுவதால் கீதாவின் பேத்தியை வீட்டில் பார்த்துக் கொள்ள ஆள் இல்லை என்பதால், லீவு நாள் தவிர்த்து அலுவலக நாட்களில் வீட்டின் அருகே இருந்த சரஸ்வதியின் க்ருஷில் அவளை விடுவது வழக்கமான ஒன்றாக இருந்தது. வங்கி வேலை முடிந்து மாலை மகனும் மருமகளும் வருவதற்கு முன்னரே கீதா வந்து விடுவதால், வேலை முடிந்து வீட்டிற்கு செல்லும்போது தன்னுடைய பேத்தியை creche- லிருந்து தினமும் வீட்டுக்கு அழைத்து செல்வது கீதாவின் வழக்கம்.. அன்று குழந்தையை ‘க்ரிஷி’ருந்து அழைத்துச் செல்வதற்காக வந்த கீதா மிகவும் சோகத்துடன் இருப்பதை பார்த்து, “என்ன மேடம் ரொம்ப டல்லா இருக்கீங்க ஆபீஸ் வேலையா?” என்று சரஸ்வதி கேட்க, “உங்களுக்கு தெரியும் இல்ல, என்னோட ரெண்டாவது பொண்ணு சிங்கப்பூர்ல லவ் மேரேஜ் பண்ணிக்கிட்டா, நம்ம இந்திய வம்சாவளி சேர்ந்தவர்தான் மாப்பிள்ளை - அங்கு நடந்த கல்யாணத்துக்கு நாங்க மட்டும்தான் போயிருந்தோம்...”

என்று சொல்ல, “அதுதான் எங்க எல்லாருக்கும் தெரியுமே - இப்ப என்ன பிரச்சனை அத சொல்லுங்க...” என்று சரஸ்வதியும் கேட்க, “அவளுக்கு திடீர்னு இப்போ வேலை போயிடுச்சாம்... மாப்பிள்ளையின் போக்கும் சரியில்லைன்னு ‘ஒன்னு’ ஒரே அழுகை.. ஏதாவது தவறான முடிவுக்கு போய்ட போறாளேன்னு ஒரே கவலையா இருக்கு...” என்று கண்களில் நீர் தளும்ப சொல்ல...” எனக்கு அவள நல்லா தெரியுமே - ரொம்ப தைரியமான பொண்ணுதானே - இப்போ அவளுக்கு தேவை இந்த டிப்ரஷன்லிருந்து வெளியில வரக்கூடிய சரியான கவுன்சிலிங் - அவ நம்பர் குடுங்க நான் பேசுறேன்... அது மட்டுமில்ல, கூடிய சீக்கிரம் நாங்க சிங்கப்பூர் போக போறோம் - மற்ற நாடுகள்ல ‘பிரிசின்’ல(prison) என்ன மாதிரியான ஃபெசிலிட்டிஸ் இருக்குன்ற ஆராய்ச்சி செஞ்சு, அதை நம்ம ஊர்ல இம்ப்ளிமென்ட் பண்றதுக்காக கவர்மெண்ட்ல என்னோட கணவரையும் செலக்ட் பண்ணியிருக்காங்க - அதுல ஆச்சரியம் பாருங்க அவரை சிங்கப்பூருக்கு தான் அனுப்ப போறதா சொல்லிட்டு இருந்தாரு... கூடவே நானும் போறதா பிளான் பண்ணி இருக்கோம்... ஏதோ இதுக்காகவே என்னை கடவுள் அங்கு அனுப்புறாரோ என்னமோ - நான் அவளோட போய் கொஞ்சம் டைம் ஸ்பென்ட் பண்ணிட்டு வரேன்... கவலையே படாதீங்க எல்லாம் சரியாயிடும்...” என்று சரஸ்வதியும் சொல்ல, சற்றே ஆறுதலான கீதா, “நம்ம டைம் சாயங்காலம் 7.30 க்கு மேல எப்ப வேணா நீங்க ட்ரை பண்ணி பாருங்க... நான் சொன்னேன்னு சொல்ல வேண்டாம் நீங்களா பேசுற மாதிரி பேசுங்க...” என்று சொல்ல, “யூ டோன்ட் வரி கீதா மேடம், ஒரு சைக்காலஜிஸ்ட்டா எனக்குன்னு சில ‘எத்திக்ஸ்’ இருக்கு அத நாங்க எப்பவுமே கடைபிடிப்போம்... நிம்மதியா போயிட்டு வாங்க...” என்கிறாள் சரஸ்வதி

சிங்கப்பூரில் இருக்கும் வினிதாவிற்கு வாட்ஸ் அப்பில் ஆடியோ காலில் தொடர்பு கொண்ட சரஸ்வதி, “நான் சரஸ்வதி பேசுறேன் சென்னையிலிருந்து…” என்று சொன்ன உடனேயே, ஆறுதல் தேடி மனம் அலைபாய்ந்து கொண்டிருந்த வினிதாவிற்கு உண்மையிலேயே கொஞ்சம் ஆறுதலாக இருக்க, “சொல்லுங்க ஆன்ட்டி …உங்க ப்ரொபைல் பிக் பார்த்தவுடனேயே எனக்கு அவ்வளவு சந்தோஷமா இருந்தது… “என்று சற்று உற்சாகமாக வினிதா சொல்ல, சரஸ்வதியும், “நானும் அங்கிளும் அடுத்த வாரம் புதன்கிழமை சிங்கப்பூர் வரோம்… ‘ஏர் இந்தியா’ பிளைட் சிங்கப்பூர் டைம் காலையில 7 மணிக்கு அங்கே லேண்ட் ஆயிடும்…” என்று சொல்ல, “ஆன்ட்டி உங்கள எல்லாம் பார்த்து ரொம்ப நாள் ஆயிடுச்சு கட்டாயம் ஏர்போர்ட்டுக்கு வந்து உங்கள பிக்கப் பண்ணிக்கிறேன்…” என்று சொல்ல, சரஸ்வதியும்” இல்லம்மா, அங்கிள் அபிஷியல் வேலையா வர்றாரு, நான் கூட வரேன்… லிட்டில் இந்தியா ‘ஏரியனா’ ஹோட்டல்ல ரூம் புக் பண்ணியிருக்கு… ஹோட்டலுக்கு வந்ததும் நான் உனக்கு மறுபடியும் போன் பண்றேன்… நம்ம மீட் பண்ணுவோம்..” என்கிறாள் சரஸ்வதி சிங்கப்பூர் செல்லும் உற்சாகத்துடன்…

சென்னை விமான நிலையத்திற்கு சென்று, அங்கே செக் இன் செய்தபோது முதல்முறை வெளிநாட்டுப் பயணம் என்பதால், ஒரு சின்ன குழந்தை போல விண்டோ சீட் வேண்டும் என்று சரஸ்வதி சொல்ல, “சரி எனக்கு aisle கொடுங்கள்” என்று சிரித்துக்கொண்டே சொல்கிறார் சுரேஷ்… ”பரவாயில்லைங்க பிளைட்ல போகும்போது விண்டோ சீட்டை உங்களுக்காக கொஞ்ச நேரம் விட்டு தரேன்…” என்று சரஸ்வதி சொல்ல, “ஆமாம் பூராவுமே நைட் ட்ராவல் தான் - சிங்கப்பூர்

டைம்க்கு காலையில ஏழு மணிக்கு பிளைட் ரீச் ஆகும், அப்படின்னா காலையில ஒரு 6 லிருந்து 7 மணி வரைக்கும் தான் ஜன்னல் வழியா பார்த்தா கிளியரா தெரியும்..." என்று சுரேஷ் சொல்ல, "அட ஆமா இல்ல, நைட் ட்ராவல்ன்னு நானும் மறந்தே போயிட்டேன்..." என்று அசட்டு சிரிப்பு சிரிக்கிறாள் சரஸ்வதி...

ப்ளைட்டில் ஏறி உட்கார்ந்தவுடன், ஏர்ஹோஸ்டஸ் பிளைட்டில் பின்பற்றவேண்டிய விதிமுறைகளை விளக்கமாக சொல்ல, ஆர்வமாக கேட்டுக் கொள்கின்றனர் இருவரும்... மொபைல் போனை ஸ்விட்ச் ஆஃப் பண்ணி வைத்து, சீட் பெல்ட்டை போட்ட சிறிது நேரத்திற்கெல்லாம் பிளைட் கிளம்ப, இரவு உணவு பரிமாறப் பட்டவுடன் பலரும் தூங்கிவிட, தூக்கம் வராத சரஸ்வதி தமிழ் படம் ஏதாவது இருக்கிறதா என்று தனக்கு எதிரில் உள்ள ஸ்கிரீனில் தேடிப்பார்த்து எல்லாம் பார்த்த படங்கள் என்று தெரிந்து, தூங்கப் போகிறாள்...

‘அவங்க என்ன தற்கொலையா பண்ணிக்கிட்டாங்க...?’

சிங்கப்பூர் Changi ஏர்போர்ட்டில் இறங்கியவுடன் அந்த ட்ராவலேட்டர்களும், விதவிதமான மக்களும், வைரம் போல் மின்னும் கடைகளையும் பார்க்கப் பார்க்க அத்தனை பிரமிப்பாக இருக்கிறது இருவருக்கும்…” சிங்கப்பூர் சிங்கப்பூர் சிங்கப்பூர்…” என்று சுரேஷ், நடிகர் செந்தில் ஸ்டைலில் பாட, “இது என்ன ஊர் இது சிங்கப்பூர்…” என்று கவுண்டமணி ஸ்டைலில் சரஸ்வதி கிண்டல் செய்கிறாள். பக்கத்தில் இருந்த ஒரு சைனீஸ், ‘ யார் இவர்கள்?’ என்று உற்றுப் பார்க்க, ‘கப்சிப்’ என அடங்கி, பாஸ்போர்ட் செக்கிங்கிற்காக வரிசையில் போய் நிற்கின்றனர். செக்கிங் அதிகாரியாக ஒரு தமிழ பெண் - பாஸ்போர்ட்டில் தமிழ்நாட்டு முகவரியை பார்த்து, தமிழிலேயே பேசுகிறார் “சென்னையில் இருந்து வரீங்களா…?” என்று இவர்களை பார்த்தவுடன் சந்தோஷமாக அந்தப் பெண் கேட்க, சிங்கப்பூரில் இறங்கியவுடன் தமிழைக் கேட்கும் போது இருவரும் அவ்வளவு மகிழ்கின்றனர்… பின் செக்கிங் முடிந்து வெளியில் வரும் பொழுது அங்கே ஏர்போர்ட்டினுள் இலவச wi-fi வசதி இருப்பதை பார்த்து, அதை எவ்வாறு பயன்படுத்துவது என்பதை ஒரு ஏர்போர்ட் காவல் அதிகாரியிடம் கேட்டு தெரிந்து கொண்டு, அங்கிருக்கும் ஒரு கம்ப்யூட்டரின் வழியாக தன்னுடைய பாஸ்போர்ட் டீடைலை

வைத்து wi-fiயை பயன்படுத்தி, வினிதாவிற்கு வாட்ஸ்அப் காலில் தாங்கள் வந்துவிட்டதை தெரியப்படுத்துகிறாள் சரஸ்வதி. அங்கிருக்கும் கடைகளை எல்லாம் அப்படியே பார்த்தபடி வெளியில் வருகிறார்கள் இருவரும்...

டாக்ஸி மூலம் ஹோட்டலை அடைந்து, சற்று ப்ரஷ் ஆகி, வெளியில் வந்து அந்த 'சையது ஆல்வி' ரோடில் ஒரு ரவுண்டு வருகின்றனர் இருவரும்... லிட்டில் இந்தியாவில் திரும்பிய பக்கமெல்லாம் இந்திய முகங்களையும், குறிப்பாக தமிழர்களையும் தமிழ்நாட்டின் ஹோட்டல்களையும் பார்க்க பார்க்க பரவசமாக இருக்கிறது...

> "எங்க பாட்டி எப்பவுமே பெருமையா சொல்லுவாங்க 'அந்த தன்னம்பிக்கையின் தைரியத்தையும் எந்த கடையிலும் போய் வாங்க முடியாது எவ்வளவு விலை கொடுத்து வாங்க முடியாது'ன்னு... இப்ப இருக்கிற பெண்கள் அந்த தன்னம்பி-க்கையையும், தைரியத்தையும்தான் வளர்த்துக்கணும்....

ஆனந்த பவன் ஹோட்டலில் கவுண்டருக்கு சென்று இரண்டு காபிகள் என்று கேட்க, “சார் உங்களுக்கு பில்டர் காபி வேணுமா இன்ஸ்டன்ட் காபியா?” என்று கேட்கிறார் கவுண்டரில் இருந்த பெண்மணி... ஆச்சரியத்துடன் பில்டர் காபியே கொடுங்க என்கிறார் சுரேஷ்... போர்டில் நம்ம ஊர் நெய் பொங்கலிலிருந்து, ஆவி பறக்கும் இட்லி, அசத்தலான சாம்பார் வடை என்று எல்லாமே இருக்க, அதையே அசந்து போய் பார்த்துக் கொண்டிருந்த சுரேஷிடம், “எங்க ஹோட்டல் 24 மணி நேரமும் சர்வீஸ் உண்டு சார்” என்று மேலும் ஒரு இன்ப அதிர்ச்சியை தருகிறார் கவுண்டரிலிருந்த பெண்மணி ... பொங்கல் வடையையும் சாப்பிட்டுவிட்டு, சூடான பில்டர் காபியையும் குடித்து கிளம்புகின்றனர். “எப்படியிருந்தது சார் எங்க பில்டர் காபி?” என்று அந்த பெண்மணி கேட்க” பேஷ்பேஷ் ரொம்ப நன்னா இருந்தது...” என்று சிரித்துக் கொண்டே சொல்கிறார் சுரேஷ்.

ரூமிற்கு வந்தவுடன், “சரஸ்வதி ஏர்போர்ட்டிலேயே நீ வினிதா கூட பேசிகிட்டு இருக்கும்போது, நானும் இங்கே வந்துட்டேன்ற விஷயத்தை என்னோட மேலதிகாரி கிட்ட வாட்ஸ் அப்ல கால் பண்ணி இன்பார்ம் பண்ணிட்டேன்... நீ கொஞ்ச நேரம் ரெஸ்ட் எடு ஏதாவது வேணும்னா என்ன வாட்ஸ் அப்ல கூப்பிடு... நானும் போயிட்டு ட்யூட்டிக்கு ரிப்போர்ட் பண்ணிட்டு என்னோட வேலையே ஆரம்பிக்கிறேன்...” என்று சுரேஷ் சொல்லிவிட்டு கிளம்புகிறார்...

> கணவர் இறந்து போனவுடனே அவங்க என்ன உலகமே இருண்டு போச்சுன்னு உடனே தற்கொலையா பண்ணிட்டா-ங்க... உலகம் பரந்து விரிஞ்சு கிடக்கு - நீ நெனச்சா உனக்கு ஒரே மாசத்துக்குள்ள உனக்கு ஒரு நல்ல வேலை கிடைக்கா-து? அது மட்டும் இல்ல - இந்த இயந்திர கதி வாழ்க்கைக்கு நடுவே அவருக்காக காத்துகிட்டு நீயும் இருக்கே அப்படின்னு, உன் அன்பினாலே உன் கணவருக்கு புரிய வைக்க முடியாது?”

சுரேஷ் தன்னுடைய வேலையை பார்க்க சென்றுவிட தனியாக ரூமில் இருந்த சரஸ்வதி போரடிக்கிறது 'சரி நம்ம ஊர் நியூஸ் பார்க்கலாம்' என்று ரூமில் இருந்த டிவியை ஆன் செய்கிறாள்...சிங்கப்பூர் டிவியில் நம்ம ஊர் செய்திகளை பார்த்துக்கொண்டிருந்த சரஸ்வதி எல்லா சேனல்களும் மாற்றி மாற்றி பார்த்துவிட்டு எல்லாமே Bore அடிக்க, சரி வினிதாவுக்கு போன் செய்யலாம் என்று வாட்ஸ் அப்பில் வினிதாவை கூப்பிடுகிறாள்... அன்று மதியம் லஞ்ச்சிற்கு வினிதாவின் வீட்டுக்கு டாக்ஸி பிடித்து செல்கிறாள் சரஸ்வதி. அயல்நாட்டில் இருப்பவர்கள் இந்தியர்களை பார்த்தாலே பரவசப்படுவார்கள் அதிலும் தனக்கு மிகவும் தெரிந்த நபர் வருகிறார் என்றால் கேட்கவா வேண்டும்? சரஸ்வதிக்கு என்னென்ன பிடிக்குமோ வாட்ஸ் அப்-இல் கேட்டு எல்லாவற்றையும் செய்து வைத்திருந்தாள் வினோதா... சாப்பிட்டு முடித்தவுடன், "ஆன்ட்டி சாப்பாடு எப்படியிருந்தது- நம்ப ஊர்ல நிறைய ஸ்மூதி சாப்பிட்டு பார்த்திருப்பீங்க ...இது சிங்கப்பூர் ஸ்மூதி இது சாப்பிட்டு பாருங்க.." என்று ஒரு ஆப்பிள் ஸ்மூதியை இரண்டு கிளாஸ்களில் ஊற்றி ஒன்றை சரஸ்வதி கொடுத்து, மற்றொன்றை தன் கையில் எடுத்துக்கொண்டு மெதுவாக ருசிக்க ஆரம்பிக்க... இதுதான் சமயம் என்று நிதானமாக பேச்சு கொடுக்க ஆரம்பிக்கிறாள் சரஸ்வதி..." நீ உண்மையிலேயே ரொம்ப கிரேட்... சென்னையில கூட உன் வயசு பொண்ணுங்க இந்த அளவுக்கு வெரைட்டி வெரைட்டியா பண்ணுவாங்களான்னு சொல்ல முடியாது... அவ்வளவு டேஸ்டா இருந்தது... உன் ஹஸ்பெண்ட் ரொம்ப கொடுத்து வச்சவர்..." என்று லைட்டாக டாப்பிக்கை ஆரம்பிக்க," பச்..!" என்று அவள் பெருமூச்சு விடுகிறாள்... "எனக்காக இவ்வளவு தூரம் பண்ணியிருக்க ... ஒரு சின்ன பொண்ணுக்குண்டான மகிழ்ச்சிய உன் முகத்தில் பார்க்கவே முடியலையே ...என்ன ஆச்சும்மா - எவ்வளவு சந்தோஷமான

பொண்ணு நீ - இப்ப என்ன ஆச்சு உனக்கு... உன்னை எனக்கு ரொம்ப பிடிக்கும் அதனாலதான் உன்னை பார்க்க வந்தேன்..." என்று சொல்ல, பொலபொலவென்று அழத்தொடங்கினாள் வினிதா..." ஆன்ட்டி எனக்கு வாழவே பிடிக்கல ...அவரு வேலை வேலைன்னு என்ன கண்டுக்கறதே இல்லை... இந்தியாவில் இருந்த எங்க கம்பெனி என்னை அவங்க சிங்கப்பூர் Branch-க்கு பினான்ஸ் டிபார்ட்மெண்ட்ல வொர்க் பண்ண அனுப்பினாங்க ... அதுக்கு அப்புறம் நான் இங்கேயே ஒரு சிங்கப்பூர் கம்பெனிக்கு வேலையை மாத்திக்கிட்டேன் ...இப்ப திடீர்னு அந்த கம்பெனி அவங்க சிங்கப்பூர் ஆபரேஷன்சை கிளோஸ் down பண்ணிட்டாங்க .... அதனால எனக்கு வேலையும் போயிடுச்சு..." பேசாம உயிரை விட்டுடலாமான்னு கூட சில நேரங்களில் தோணுது!" என்று கதறிக் கதறி அழுதவளை சமாதானம் செய்த சரஸ்வதி..." இதெல்லாம் ஒரு மேட்டரே இல்ல... அவ்வளவு கஷ்டமான CA வை பாஸ் பண்ணியிருக்க...அத்தனை போட்டிக்கு நடுவுல உன்னை சிங்கப்பூர் செலக்ட் பண்ணி இங்கே இருக்கிற பினான்ஸ் டிபார்ட்மெண்ட்ல வேலைக்கு அனுப்பியிருக்காங்க... அதுக்கு அப்புறம் உன்னுடைய சொந்த முயற்சியில தைரியமா சிங்கப்பூர் கம்பெனியிலேயே ஒரு வேலைக்கு ட்ரை பண்ணி, அதுலயும் சக்சஸ்ஃபுல்லா இருந்திருக்க... அந்த அளவுக்கு ஒரு திறமைசாலி நீ ...இதெல்லாம் உனக்கு பிளஸ்...... மத்தவங்க எல்லாம் அவ்வளவு ஈஸியா பண்ண முடியாத இவ்ளோ சாதனைகளை நீ பண்ணியிருக்க அப்படியிருக்கும் போது, இந்த மாதிரி சின்ன சின்ன விஷயங்களுக்கு விபரீதமான முடிவு பத்தி நீ யோசிக்கலாமா... எங்க பாட்டி அந்த காலத்துல சின்ன வயசிலேயே அவங்களுடைய கணவரை இழந்தவங்க ...அந்த காலத்துல பெண்கள படிக்க வைக்க மாட்டாங்க... அப்ப எங்க பாட்டி என்ன பண்ணாங்க தெரியுமா? தன்னம்பிக்கையோட, அவங்களுக்கு தெரிஞ்ச சமையல் வேலையை, தன்னை மாதிரி

தனித்து இருந்த பெண்களையும் சேர்த்துக்கிட்டு செய்ய ஆரம்பிச்சாங்க ...அப்பளம் இடுவது, ஊறுகாய் போடுவது இப்படி ... இந்த கைத்தொழிலை ஆரம்பிச்சு கொஞ்ச நாளிலேயே சுற்றுவட்டாரங்களில் அவங்களுடைய கை பக்குவத்துக்கு ஒரு பெரிய வாடிக்கையாளர் கூட்டமே கிடைச்சது... அவங்களால பல பெண்களுக்கும் வேலை வாய்ப்பு கிடைச்சுது ... தனி ஆளா நின்னு, தன்னுடைய ஒரே மகனான எங்க அப்பாவையும் சிறப்பா வளர்த்தாங்க... அவங்க கிட்ட இருந்த மூலதனம், தன்னம்பிக்கையும், தைரியமும் தான்... எங்க பாட்டி எப்பவுமே பெருமையா சொல்லுவாங்க 'அந்த தன்னம்பிக்கையையும் தைரியத்தையும் எந்த கடையிலும் போய் வாங்க முடியாது - எவ்வளவு விலை கொடுத்தும் வாங்க முடியாது'ன்னு... இப்ப இருக்கிற பெண்கள் அந்த தன்னம்பிக்கையையும், தைரியத்தையும்தான் வளர்த்துக்கணும்....

கணவர் இறந்து போனவுடனே அவங்க என்ன உலகமே இருண்டு போச்சுன்னு உடனே தற்கொலையா பண்ணிக்கிட்டாங்க...? உலகம் பரந்து விரிஞ்சு கிடக்கு - நீ நெனச்சா ஒரே மாசத்துக்குள்ள உனக்கு ஒரு நல்ல வேலை கிடைக்காது? அது மட்டும் இல்ல - இந்த இயந்திர கதி வாழ்க்கைக்கு நடுவே அவருக்காக காத்துகிட்டு நீயும் இருக்கே அப்படின்னு, உன் அன்பினாலே உன் கணவருக்கு புரிய வைக்க முடியாது?" என்று சரஸ்வதி பேசிக்கொண்டே போக, மனதில் புதுத் தெம்பு பிரவாகம் எடுத்து ஓடிய வினிதா, சந்தோஷமாக சரஸ்வதிக்கு விடை கொடுக்கிறாள்

‘இன்றைய ஸ்பெஷல்’ அரிசி உப்புமா!

சுரேஷ் தன் மதிய சாப்பாட்டை ட்ரெய்னிங்கிலேயே முடித்துக்கொண்டு, மாலை அவர்கள் தங்கி இருந்த ஹோட்டலுக்கு வர, வினிதாவை பார்த்துவிட்டு, சரஸ்வதியும் வந்து சேர, இரவு ஏழு மணி என்று கடிகாரம் காட்ட, இருவரும் நைட் டிபன் சாப்பிட்டுட்டு வந்துடலாம் என்று பக்கத்தில் இருக்கும் ஒரு ஹோட்டலுக்கு நடந்து செல்கின்றனர்... அந்த ஹோட்டலில் தமிழிலும் ஆங்கிலத்திலும் “இன்றைய ஸ்பெஷல்” அரிசி உப்புமா என்று எழுதியிருக்க, சுரேஷ் அதை படித்துவிட்டு, “வீட்லதான் வாரத்துக்கு ரெண்டு நாள் உப்புமா உப்புமான்னு நீ கொல்றது பத்தாதுன்னு இங்க சிங்கப்பூர் வந்தும் அதே உப்புமாவா? இதுல வேற அது “இன்றைய ஸ்பெஷலாம்!”... வீட்டில உப்புமான்னாலே நம்மூர்ல எல்லாரும் தல தெரிக்க ஓடுவாங்க - இங்க என்னடான்னா அத வாங்குறதுக்கு கியூல நிக்கறாங்க...” என்று சரமாரியாக கிண்டல் செய்து கொண்டே வருகிறார். “சும்மா இருங்க! வெளிநாட்டில வந்து - யாருக்காவது தமிழ் தெரியப்போகுது... நமக்கு முன்னாடி வேஷ்டி உடுத்துகிட்டு வயசான ஒருத்தர் நிக்கிறார் பாருங்க அவர் கூட பாக்குறதுக்கு நம்ம தமிழ்நாட்டை சேர்ந்தவர் மாதிரி தான் இருக்கு அதனால ஜாக்கிரதையா பேசுங்க...” என்று

சரஸ்வதி சன்னமான குரலில் சொல்கிறாள். கவுண்ட்டரில் ஒரு சைனீஸ் பெண் ஆர்டர் எடுத்துக் கொண்டிருக்க, அந்த சீனப் பெண்ணிற்கு தமிழ் தெரியாது என்று நினைத்துக் கொண்டு, இவர்களுக்கு முன் நின்று கொண்டிருந்த அந்த முதியவர் தட்டுத் தடுமாறி பெயர் பலகையில் எழுதியிருந்த உப்புமாவை செய்கையால் காண்பித்து 'இது இது' என்று சொல்ல, "இப்ப என்ன? உங்களுக்கு ஒரு பிளேட் அரிசி உப்புமா வேணும் அவ்வளவுதானே! "என்று அந்தப் பெண் தடாலடியாக ஒரு போடு போட, அவள் தமிழ் பேசுவதை பார்த்து, அரண்டு போன சுரேஷ் "அம்மா தாயே - உங்களுக்கு தமிழ் தெரியாதுன்னு நெனச்சுக்கிட்டு ஏதோ ஏதோ பேசிட்டேன் மன்னிச்சிடுங்க..." கையெடுத்து கும்பிட, அந்த சைனீஸ் பெண் உட்பட எல்லோரும் சிரிக்கின்றனர்....

“சார் இங்கே தமிழ் ஒரு ஆட்சி மொழி - என்னோட காலேஜ்ல ஒரு தமிழ் பொண்ணு படிச்சா - அவ கிட்டே இருந்து நான் தமிழ் கத்துக்கிட்டேன்... நீங்க மன்னிப்பே கேட்க வேண்டாம்... நாங்க செஞ்சிருக்கிற உப்புமாவை சாப்பிட்டு பாருங்க! அதுக்கு அப்புறம் உப்புமான்னாலே தலை தெரிக்க ஓட மாட்டீங்க - விரும்பி விரும்பி சாப்பிடுவீங்க...” என்று அந்தப் பெண் சொல்ல, “உங்க தமிழ் மட்டும் இல்லை - உங்க பண்பாடும் எனக்கு ரொம்ப பிடிச்சிருக்கு... உங்க தமிழை கேட்கும்போதே எங்களுக்கு வயிறு ரொம்பிடிச்சு...” என்று பெருமையுடன் சொல்கிறாள் சரஸ்வதி...

வந்த வேலையை முடித்த பிறகு, ஐந்து நாட்கள் லீவு எடுத்துக் கொண்டு சிங்கப்பூர் முழுவதும் சுற்றி வருகின்றனர்... ஷாப்பிங்ற்கும், லோக்கல் ஊர் சுற்றுதல் என இரண்டு நாட்கள் சென்றுவிட, மீதமுள்ள இரண்டு நாட்களில் சிங்கப்பூர் ஜூ, ஜூராங் பேர்ட் பார்க், அண்டர் வாட்டர் வேர்ல்ட், யுனிவர்சல் ஸ்டுடியோ இப்படி சிங்கப்பூர் முழுவதும் ஒரு அலசு அலசி விட்டு, ஒரு நாள் டூராக இந்தோனேசியா செல்கின்றனர்... “என்ன இருந்தாலும் நீங்க பெரிய ஆளுங்க! இந்த ட்ரிப்பை ஒரு நாள் எக்ஸ்டெண்ட் பண்ணி நாம செலவழிச்சாலும் பரவாயில்லைன்னு இந்தோனேசியாவுக்கும் பர்சனல் ட்ரிப் ஒண்ணுசேர்த்து பண்ணிட்டீங்களே...” என்கிறாள் சரஸ்வதி...சிங்கப்பூர் ‘ஹார்பர் ஃப்ரண்டி’லிருந்து ஒரு நாள் பயணமாக இந்தோனேசியா Batam செல்ல, கடல் வழியே சிங்கப்பூரிலிருந்து ஒரு மணி நேர பயணம்... Ferriயில் ரம்யமான பயணம் ... சிங்கப்பூர் ஒருவித அழகு என்றால் ‘பாத்தம்’ வேறு விதமான அழகு... பயணத்தின் போது டிக்கெட்டுடன் உணவும் உண்டு என்று போடப்பட்டுள்ளது. ஆனால் இவர்கள் இருவரும் வெஜிடேரியன் என்பதால் முன்பே ஆன்லைனில் வெஜிடேரியனுக்காக ஐந்து டாலர்கள் அதிகமாக கட்டணம்

செலுத்தி வாங்கியிருந்தார் சுரேஷ். ஆனால் அங்கு தான் வந்தது பெரிய சோதனை! ஊர் என்னவோ அழகுதான் - ஆனால் Batam- மில் மருந்துக்கு கூட வெஜிடேரியன் ஃபுட்டை பார்க்க முடியவில்லை... இவர்களுக்கு கொடுத்த சைவ சாப்பாட்டிலும் அந்த அரிசி குண்டு குண்டாக 'மொச்சைக்கொட்டை' சைஸிலிருக்க, சாப்பிடவே பிடிக்கவில்லை இருவருக்கும்... எப்படியோ சுரேஷ் கொடுத்த காசு வீணாக போகிறதே என்று கொஞ்சம் கொஞ்சமாக மென்று முழுங்குகிறார்- ஆனால் சரஸ்வதிக்கு அந்த சாப்பாடு உள்ளேயே இறங்கவில்லை... "ஏங்க இது என்ன சாப்பாடு... சாப்பிடவே முடியலைங்க - ஏதோ ஈசல் நாத்தம் வருது... கொஞ்சம் தயிர் சாதம் இருந்தா நிம்மதியா இருக்கும்..."என்று அந்த சைனீஸ் டூரிஸ்ட் கைடிடம், "Curd ரைஸ் ப்ளீஸ்..." என்று அழாத குறையாக சரஸ்வதி கேட்க, "எஸ் கார்டு கார்டு.." என்று அவனும் கிரெடிட் கார்டிலும் பணம் செலுத்தலாம் என்று பதிலுக்கு சொல்ல, "Curdன்னா அவன் Cardன்னு சொல்றான் - ஒரு தயிர் சாதத்துக்கு கூட வழி இல்லாத ஊரு என்ன ஊரோ... என் தலை எழுத்து" என்று புலம்பிக் கொண்டே சாப்பிட, அடக்க முடியாமல் சிரிக்கிறார் சுரேஷ்... Batam ஒரு நாள் பயணம் முடித்து அங்கிருந்து சென்னை கிளம்பி வருகின்றனர்... பிளைட்டில் தயிர் சாதத்தை பார்த்தவுடன் தெய்வத்தை பார்த்தது போல விழுந்தடித்துக் கொண்டு சாப்பிடுகிறாள் சரஸ்வதி ... மீண்டும் சிரிப்பு அடக்க முடியாமல் சிரிக்கிறார் சுரேஷ்...

‘சரஸ்வதியை முதன் முதலில் பார்த்த போது…!’

அன்று ஜனவரி 14, சுரேஷ் - சரஸ்வதியின் திருமண நாள்... காலையிலேயே எழுந்து “திரட்டிப்பால்” செய்து கணவரின் வாயில் வந்து ஊட்டிவிட்டு காலில் வீழ வந்த சரஸ்வதியின் தோளை பிடித்து தூக்கிய சுரேஷ், “எல்லாருக்கும் தை பொறந்தா வழி பொறக்கும்னு சொல்லுவாங்க.... எனக்குத்தான்...” என்று சொல்லி கிண்டல் செய்ய, கணவனை ஒரு முறை முறைத்துவிட்டு உள்ளே செல்கிறாள் சரஸ்வதி... உள்ளே சமையல் வேலையை சரஸ்வதி கவனித்துக் கொண்டிருக்க, திரட்டிப்பால் கிண்ணம் சகிதம் சோபாவில் சாய்ந்து பழைய நினைவுகளை சுரேஷ் அசை போடுகிறார்...

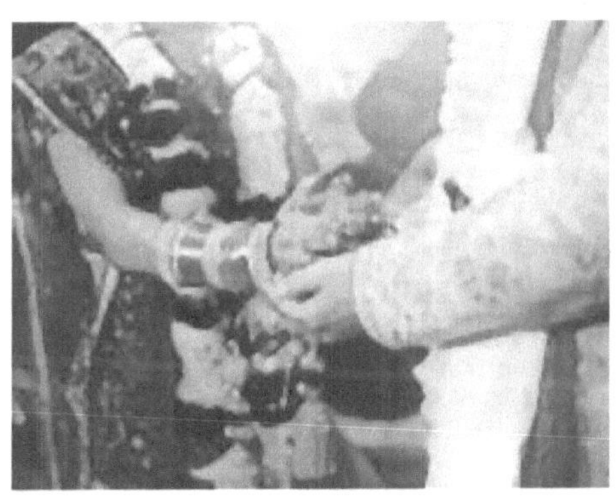

சரஸ்வதியின் வீட்டிற்கு பெண் பார்க்க சென்ற போது ஐப்பசி மாதம் அடைமழை பொழிந்து கொண்டிருக்க, "டேய், அட மழை பொழிஞ்சுகிட்டு இருக்குடா - ரொம்ப நல்ல சகுனம் - நிச்சயம் இந்த பொண்ணு நல்ல குணவதியா - அடக்கமான பொண்ணா இருப்பா பாரு..." என்று சுரேஷின் அம்மா சொல்ல," ஆன்ட்டி அடக்கமான பொண்ணு வேணும்னா கண்ணம்மாபேட்டையில் இல்ல கிருஷ்ணாம்பேட்டையில் தான் கிடைக்கும்..." என்று பேத்தலாக சுரேஷின் நண்பன் கலாய்க்க, "இவன் தான் கிடைச்சானா உனக்கு மாப்பிள்ளை தோழனா நல்ல விஷயத்துக்கு வந்திருக்கும் போது இப்படித்தான் யாராவது பேசுவாங்களா... வந்து சேருது பாரு..." என்று சுரேஷின் அம்மா சலித்துக் கொண்டே, "அப்பா சாமிகளா உள்ள வந்து இந்த மாதிரி கேனத்தனமா பேசி வைக்காதீங்க... அவனுக்கு நல்லபடியா கல்யாணம் நடக்கணும்" என்று வீட்டின் உள்ளே எல்லோரும் செல்கின்றனர்.. பெண்ணைப் பார்த்தவுடன் எல்லோருக்கும் பிடித்துப்போக, "பொண்ணு பிஎஸ்சி சைக்காலஜி படிச்சிருக்கா... மாப்பிள்ளை பையன் போலீஸ் டிபார்ட்மென்ட்ல இருக்கறதா சொன்னாங்க... விசாரிச்சதுல ரொம்ப நேர்மையான குடும்பம்னு சொன்னாங்க எங்களுக்கு ரொம்ப திருப்தி" என்று பெண்ணின் அப்பா சொல்ல..." சரஸ்வதி எனக்கு வரப்போற மருமகள் இல்ல என்னோட மகள்...கல்யாணத்துக்கு அப்புறம் அவ மேல படிக்கிறதுக்கோ வேலைக்கு போறதுக்கோ ஒரு தடையும் இல்லை... பார்க்கறதுக்கு அம்சமா லக்ஷ்மி கடாட்சமா இருக்கா - எங்களுக்கும் பரம திருப்தி" என்று சுரேஷின் பெற்றோரும் தங்கள் சம்மதத்தை தெரிவிக்க, "பொண்ணு கூட நான் கொஞ்சம் தனியா பேசணும்" என்று சுரேஷ் சொல்ல, இருவரும் மொட்டை மாடிக்கு அனுப்பப்படுகின்றனர்..." உங்க வீடு, ஃபேமிலி எல்லாமே எனக்கு ரொம்ப புடிச்சிருக்கு... என்னோட கண்டிஷன்ஸை உங்க அப்பாகிட்ட சொன்னதா

தரகர் சொன்னாரு ... இருந்தாலும், என்னுடைய கண்டிஷன்ஸ் எல்லாம் உங்க கிட்டயும் சொல்லணும்னு நினைக்கிறேன் - ஏன்னா என் கண்டிஷனை எல்லாம் கேட்டுட்டு இவன்கிட்ட என்ன கோளாறோன்னு என்னை வேண்டான்னு சொன்ன வரன்கள் ஜாஸ்தி... "என்று கடகடவென சிரித்துவிட்டு, தொடர்ந்த சுரேஷ், "சட்டத்தை மதிக்கிறவன் நான் - அதனால வரதட்சணைன்னு ஒரு பைசா கூட வாங்க மாட்டேன் - ஆடம்பர கல்யாணம் வேண்டாம் ...அதே மாதிரி கல்யாண செலவும் ரெண்டு ஃபேமிலியும் ஷேர் பண்ணிப்போம்... நீங்க என்ன சொல்றீங்க..." என்று சுரேஷ் பேசிய விதம், சரஸ்வதிக்கு மிகவும் பிடித்துப்போக, தான் எதிர்பார்த்த ஆண்மகன் இவர்தான் என்று மனப்பூர்வமாக தீர்மானித்து, "உங்கள கல்யாணம் பண்ணிக்கிறதுக்கு நான் ரொம்ப குடுத்து வச்சிருக்கணும்..." என்று சொல்லிவிட்டு அங்கிருந்து நாணத்துடன் வேகமாக விலகி செல்கிறாள்...

பழைய நினைவுகளில் மூழ்கிய சுரேஷை, "ஏங்க எவ்வளவு நேரமா உங்களை கூப்பிட்டு கிட்டே இருக்கேன் - நீங்க என்ன, என்னையே பார்த்துகிட்டு இருக்கீங்க.." என்று உலுக்க, "அது ஒண்ணும் இல்ல சரசு, உன்னை பெண் பார்க்க வந்தப்போ சாப்பிட்ட ஜிலேபி இன்னும் என் மனசுல பசுமையா இருக்கு அத நெனச்சு பார்த்தேன்..." என்று ஓரக்கண்ணால் சிரிக்க, "ம்... எந்த ஜிலேபியை பத்தி சொல்றீங்கன்னு எனக்கு எல்லாம் தெரியும் - எல்லாம் சாயங்காலம் பார்த்துக்கலாம், கிளம்புங்க டியூட்டிக்கு டைமாச்சு "என்று சரஸ்வதி சுரேஷை தோள்களில் கையை வைத்து பாத்ரூம் வரை தள்ளிக் கொண்டே போகிறாள்...

மாலையில் இருவரும் கோவிலுக்கு செல்கின்றனர்...

கோவிலில் திடீரென்று சரஸ்வதி மயங்கி விழ, பதறிப்போய் பக்கத்திலிருந்த ஹாஸ்பிடலுக்கு சுரேஷ் அழைத்து

சென்றபோது தான், பல வருடங்கள் கழித்து மீண்டும் கர்ப்பமாக இருக்கிறாள் என்பது தெரிகிறது. கண்விழித்துப் பார்த்த சரஸ்வதியிடம் இந்த நல்ல செய்தியை சுரேஷ் சொல்ல, "நானும் நாட் கணக்கு வெச்சுகல - ரொம்ப நாள் ஆச்சு அப்படின்றதனால மெனோபாஸ்ன்னு நெனச்சுட்டேன் - நம்ம வேணி மறுபடி வந்து நமக்கு பொறக்க போறா..." என்று கண்களில் நீர் தளும்ப சொல்கிறாள் சரஸ்வதி... "இது சாதாரண பேபி இல்ல - சிங்கப்பூர் பேபி..." என்று சுரேஷ் சொல்ல அர்த்த புஷ்டியாய் சிரிக்கிறாள் சரஸ்வதி.

‘என் குழந்தை தன்னந்தனியா நிக்குமே....!’

செஷன்ஸ் கோர்ட்டில் ஒரு கொலை கேசுக்கான ட்ரையல் போய்க் கொண்டிருந்தது, “குற்றம்சாட்டப்பட்டுள்ள குமாரின் மனைவி திருமணத்தை தாண்டிய உறவில் வேறொரு நபருடன் தொடர்பில் இருந்தார். அப்படி அந்த நபருடன் சேர்ந்து குமாரை பிளான் செய்து கொலை செய்ய முயற்சி செய்து உள்ளார். அப்படிக் கொல்ல வரும்போது, தன்னை தற்காத்துக் கொள்ளும் முயற்சியில் குமார் ஈடுபட்ட போது தான் குமாரின் மனைவி இறந்திருக்கிறார். அதனால் இது கொலை அல்ல. மேலும் இது தற்செயலாக நடந்த ஒன்றுதான் என்பதை ஏற்கனவே போலீஸ் தரப்பு சாட்சியங்களும் அங்கு பதிவான சிசிடிவி கேமரா பதிவுகளும் தெளிவாக விளக்குகின்றன... குமாரின் மனைவியுடன் இருந்த அந்த நபரை தேடி வருகிறது போலீஸ்.... இந்நிலையில் என்னுடைய கட்சிக்காரரான குமாரின் இளம் வயதையும் சூழ்நிலையையும் கருதி தாங்கள் தீர்ப்பளிக்குமாறு கேட்டுக்கொள்கிறேன்... தட்ஸ் ஆல் யுவர் ஆனர்...” என்று வக்கீல் சித்ரா தன்னுடைய வாதத்தை முடிக்க, ஜட்ஜ்மெண்ட் ரிசர்வ்ட் என்று தீர்ப்பை வாசிக்க ஆரம்பிக்கிறார் நீதிபதி, “குமார் வேண்டுமென்றே இதை செய்யவில்லை என்றாலும், அந்த நேரத்தில் இந்த மரணம் நிகழ்ந்ததற்கு அவருடைய கோபமும்

ஒரு காரணம் என்பதால், அவருடைய இளம் வயதை கருத்தில் கொண்டு மூன்று வருடம் சாதாரண சிறை தண்டனைவிதித்து தீர்ப்பளிக்கிறேன்..." என்று தீர்ப்பின் மற்ற பகுதிகளை வாசித்துக்கொண்டே போகிறார் நீதிபதி...

குமார் அனிதாவை காதலித்து மணந்தது, அடுத்த வருடமே அவர்களுக்கு ஒரு அழகான பெண் குழந்தை பிறந்தது, என்று, வாழ்க்கை மிகவும் இன்பமயமாக போய்க்கொண்டிருந்த நேரத்தில் தான், பக்கத்தில் இருக்கும் பிரியாணி கடையில் வேலை செய்துகொண்டிருந்த சந்தீப், அனிதாவுக்கு பழக்கமாக, சந்தீப்பின் ஸ்டைலும் அவன் அடிக்கடி ஓனருக்கு தெரியாமல் அனிதாவுக்கு இலவசமாக பிரியாணி கட்டிக் கொடுப்பதும், இப்படி ஒவ்வொரு நாளும் அவர்கள் பழக்கம் யாருக்கும் தெரியாமல் வளர்ந்து கொண்டேயிருந்தது ... கை குழந்தை தான் என்பதால், எப்படியாவது குமாரை இல்லாமல் செய்து விட்டால் அதற்கு பிறகு இருவரும் திருமணம் செய்து கொள்ளலாம் என்பதுதான் அவர்கள் பிளானாக இருந்தது. தானொரு குழந்தைக்கு தாய் என்ற எண்ணமே அனிதாவுக்கு இல்லை! துளிகூட குற்ற உணர்ச்சியே இல்லாமல் வேறு சிந்தனையே இல்லாமல் சந்தீப்புடன் வாழ்வதை மட்டும் தான் அந்த நேரத்தில் அனிதா பெரிதாக நினைத்தாள்... அதற்கு சரியான சந்தர்ப்பமாக கொரோனா லாக் டவுன் சமயத்தில், எல்லா கடைகளும் மூடியிருந்த வேளையில் ஏதோ விலாசம் விசாரிப்பது போல வீட்டிற்கு வந்த சந்தீப் தன்னிடம் மறைத்து வைத்திருந்த கத்தியை கொண்டு குமாரை தாக்க, முதலில் திருட வந்தவன் என்று நினைத்துக்கொண்டு குமார் சுதாரிக்க, உள்ளில் இருந்து வந்த அனிதாவும் "நீ இருந்தா நாங்க எப்படி சந்தோஷமா வாழறது" என்று கத்திக்கொண்டே குமாரை தாக்கும்போது தான் குமாருக்கு உண்மை விளங்குகிறது. உதவிக்காக வெளியில் ஓடி

வந்த குமாரை, சந்தீப்பும், அனிதாவும் துரத்தித் துரத்தி கொலை செய்ய முயற்சி செய்யும்போது, தன்னைத் தாக்க வந்த அனிதாவை கோபத்துடன் கீழே தள்ளியதில், அங்கு இருந்த பிளாட்பாரம் கல்லின் மீது மோதி அனிதா இறந்து போகிறாள் ... சத்தத்தை கேட்டு பக்கத்தில் இருந்தவர்கள் எல்லாம் ஓடி வர கூட்டத்தைப் பார்த்த சந்தீப் அங்கிருந்து ஓடிவிடுகிறான்...

இப்போது குமாரும் சிறைக்கு செல்ல வேண்டிய நிலையில், இருவரும் இல்லாததால் அந்த சின்னஞ்சிறு குழந்தை ஒரு காப்பகத்துக்கு அனுப்பப்படுகிறது...

சுரேஷ் ஜெயிலராக இருக்கும் அதே ஜெயிலுக்கு வரும் குமார்,தொடர்ந்துஒருவாரமாகமிகுந்தகவலையுடன்இருப்பதை பார்த்த சுரேஷ், “நானும் ஒரு வாரமா பார்க்கிறேன் நீ ரொம்பவும் கவலையோட இருக்கியே என்ன ஆச்சு..” என்று கேட்க, தன் மீது இத்தனை அக்கறையுடன் விசாரிக்கும் ஜெயிலர் சுரேஷை பார்க்கும்போது ஒரு மூத்த சகோதரனின் அன்பு குமாருக்கு தெரிய, தன்னுடைய கதையை முழுவதுமாக சொல்லி, “என் குழந்தைக்கு இப்பதான் ஒரு வயசு ஆகுது சார்.. நானும் அன்னைக்கு ஒரு கோவத்துல இருந்துட்டேன்... அவ இப்படி

இருப்பான்னு நான் நெனைக்கவே இல்லைங்க சார்... இப்போ என்னோட கைக்குழந்தையை அனாதையா தவிக்க விட்டுவிட்டு வரவேண்டியது ஆயிடுச்சே..." என்று முடிக்க முடியாமல் குமார் கதற..." கவலைப்படாத குமார், நாங்க எல்லாம் இல்ல - அப்பப்ப போயி உன் குழந்தையை நானும் என்னோட வைஃப்பும் பார்த்துட்டு வரோம்... குழந்தை எப்படி வளர்ந்துவரான்னு உனக்கு தகவல் சொல்றேன்... தண்டனை காலம் முடிஞ்சு வெளியில் போகும்போது வருமானத்துக்கு வாழ வழி செஞ்சு தரோம் - இங்க சலூன் கடை வைக்கிறதுக்கு - விருப்பப்பட்டங்களுக்கு ட்ரெய்னிங் கொடுக்கிறோம்... கத்துகிட்டவங்க, இங்க அவங்களோட தண்டனை காலம் முடியறதுக்கு முன்னாடியே சிறைச்சாலையின் முன் பக்கத்திலேயே வெளியிலிருந்து விருப்பப்பட்ட வர்ற பொது ஜனங்களுக்கு 50% பர்சன்ட் சலுகையில ஹேர் கட், ஷேவிங் பண்றா மாதிரி அதற்கான காவல் ஏற்பாடுகளுடன் வழிவகை பண்ணியிருக்கோம். அதுல தங்களுக்கு கிடைக்கிற பணத்தை இங்கிருக்கிற கைதிகள் தங்களுடைய குடும்பங்களுக்கு அனுப்புறாங்க - அந்த பணத்தை சேமித்து அவங்க விடுதலையாகி போகும்போது சலூன் கடை ஆரம்பிச்சு ரொம்ப நல்ல முறையில் வாழறாங்க..." என்று சுரேஷ் சொல்லிக்கொண்டே போக "சார், என்னையும் அந்த ட்ரெய்னிங்ல சேர்த்து விடுங்க சார்... நான் விடுதலையாகி போகும்போது என் குழந்தையை எப்படி வளர்க்க போறேன்னு ரொம்ப கவலையோட இருந்தேன்... இப்போ நீங்க சொல்லச் சொல்ல எனக்கு ரொம்ப நம்பிக்கை வந்துடுச்சு சார்... இந்த தண்டனை முடிஞ்சு போகும்போது, என்னோட இந்த கோபம் எல்லாம் குறைந்து நிச்சயமா ஒரு புது மனுஷனா போகப்போறேன் "என்று குமார் கூற, சுரேஷுக்கும் மனதிற்கு திருப்தியாக இருக்கிறது....

‘திடீர் சந்திப்பு…!’

“ஏங்க, நான் கோவிலுக்கு போயிட்டு வந்திடறேன் - இன்னிக்கி செவ்வாய்க்கிழமை - மனசுல குன்றத்தூர் முருகன் கோவிலுக்கு போகணும்னு…” என்று சரஸ்வதி சொல்லி முடிப்பதற்குள், “உன்ன பத்தி தெரியாதா… மாசத்தில் பாதி நாள் ஏதாவது ஒரு கோவிலுக்கு போய்க்கிட்டே தானே இருப்ப… என்ன as ususal சாப்பாட்ட டேபிள் மேல வெச்சிருக்க, நான் சாப்பிட்டுட்டு டியூட்டிக்கு கிளம்பணும் அவ்வளவுதானே…” என்று சுரேஷ் சலித்துக்கொள்ள, “சாரிங்க… என் மேல கோவிச்சுக்கலாமா… கோவிச்சுக்காம சாப்பிட்டுட்டு கிளம்புங்க… கால் டிரைவருக்கு கூட சொல்லிட்டேன்… இன்னிக்கி தைப்பூசம் ரொம்ப விசேஷமான நாள் அதுவும் முருகனுக்கு உகந்த செவ்வாய்க்கிழமை அன்னைக்கே வந்திருக்கு… இதையெல்லாம் பண்றதுனால தான் கடவுள் நமக்கு இரண்டாவது இன்னிங்ஸ் கொடுத்துருக்காரு… “என்று சரஸ்வதி தன் வயிற்றை தடவ…” சரி சரி பத்திரமா போயிட்டு, எனக்கும் சேர்த்து அந்த முருகன் கிட்ட வேண்டிக்கிட்டு வா” என்று சுரேஷ் வழியனுப்பி வைக்கிறார்…

குன்றத்தூர் மலையேறி கோவில் அருகிலேயே கார் பார்க்கிங்கில் அத்தனை கார்களுக்கு இடையில் ஒரு இடம் கிடைக்க, அதில் பார்க்கிங் செய்துவிட்டு, “நீங்க போயிட்டு வாங்க மா - நான் கார்ல இருக்கேன்…” என்கிறார் கால் டிரைவர்…

அந்த முருகனை தரிசனம் செய்வதற்கு கியூவில் போய் நிற்கிறாள் சரஸ்வதி...

அன்று விசேஷமாக முருகனுக்கு பால் அபிஷேகத்திற்காக யாரோ கொடுத்திருக்க, பால் அபிஷேகத்தை தரிசனம் செய்தபடியே மனதில் எல்லோரும் நன்றாக இருக்க வேண்டும் என்று வேண்டிக் கொண்டே சரஸ்வதியும் தரிசனத்தை முடித்து வெளியில் வருகிறாள்... கியூவில் நின்ற போதும் சரி, இப்போதும் சரி "கந்தனுக்கு "அரோகரா குன்றத்தூர் முருகனுக்கு அரோகரா" என்ற பக்தர்களின் கோஷம் கேட்டுக்கொண்டே இருக்கிறது...

காலையில் எந்தவித உணவும் சாப்பிடாமல் கோவிலுக்கு வந்த சரஸ்வதி, அங்கு மடப்பள்ளியில், சக்கரை பொங்கல், புளியோதரை, வடை என்று முருகனின் பிரசாதத்தை வாங்கி அவரை மனதில் நினைத்து கொண்டே, இத்தனை வருடங்கள் கழித்து அந்த ஆண்டவன் கொடுத்த குழந்தை வரத்திற்காக, மனதார நன்றி சொல்லியபடியே சாப்பிடுகிறாள்... கணவருக்கும் பிரசாதங்களை வாங்கிக் கொண்டு, கார் பார்க்கிங்கிற்கு வந்து, காரில் ஏறி அமர்ந்து, அமர்கிறாள்... கார் குன்றத்தூர் முருகன் கோவில் அடிவாரத்திற்கு வருகிறது... குன்றத்தூர் அடிவாரத்திற்கு வந்தவுடன், தைப்பூசத்தன்று யாசகம் கொடுத்தால் மிகவும் நல்லது என்று அவள் அம்மா அடிக்கடி சொல்வதை நினைத்துக் கொண்ட சரஸ்வதி, காரை ஓரமாக நிறுத்தச் சொல்லிவிட்டு, அங்கு அமர்ந்திருந்த யாசகம் கேட்போரை நோக்கி நடந்து வந்து, ஒவ்வொருவராக பார்த்து, அவர்களின் தட்டில் ஆளுக்கு 50 ரூபாய் என்று போட்டுக் கொண்டே வர, "ஏம்மா, சில நேரங்களில் நீங்க வரும்போது சாப்பாடு பொட்டலம் வாங்கி தருவீங்களே..." என்று அந்த கூட்டத்தில் இருந்த ஒருவர் கேட்டு முடிப்பதற்குள், "இல்லைங்க, இன்னிக்கி

காலைல வரும்போது வாங்கிட்டு வர முடியல - நீங்களே வாங்கிக்கோங்க..." சொல்லிக்கொண்டே ஒவ்வொருவர் தட்டாக போட்டுக் கொண்டே வர, சற்றே பரிச்சயமான அந்தக் குரலை கேட்டு உடனே நிமிர்ந்து பார்த்த அந்த வரிசையில் அமர்ந்து கொண்டிருந்த வடிவம்மாவை சட்டென சரஸ்வதி அடையாளம் கண்டுகொள்ள, அவமானத்தில் கூனிக்குறுகி அங்கிருந்து ஓட்டம் பிடிக்கிறாள் வடிவம்மா... "அவங்க வடிவம்மா தானே..." என்று சரஸ்வதி கேட்க, "ஆமாமா அவங்கள உங்களுக்கு தெரியுமா - நீங்க இங்க வந்து, கிட்டத்தட்ட ஒரு மாசத்துக்கு மேல ஆகுதில்லையா... அவங்க இங்க வந்து ஒரு வாரம் ஆகுது... வேற ஊர்ல இருந்து வந்திருக்காங்க - பாவம் அவங்க பொண்ணுக்கு கூட மனநிலை பாதிக்கப்பட்டு இருக்காம்... அவங்களுக்கு ஒரு பேத்தி இருக்கு..." என்று கூட்டத்திலிருந்து ஒருவர் சொல்லிக் கொண்டே போக, "சரி நான் வரேன்..." என்று சொல்லிவிட்டு, வேறு எதுவும் பேசத் தோன்றாமல் கனத்த மனத்துடன் கிளம்புகிறாள் சரஸ்வதி...

வடிவம்மாவை பார்த்ததிலிருந்து சரஸ்வதிக்கு தேவியின் நினைவுகள் மனதில் அலை மோதியது. தேவி, வடிவம்மாவின் மகள் – சரஸ்வதியின் தங்கையுடன் படித்தவள் - படிப்பிற்காக கிராமத்திலிருந்து இவர்கள் வீட்டில் தங்கிப் படித்த ஒன்றுவிட்ட தங்கை பத்மாவின் நெருங்கிய தோழி... ஆறாம் வகுப்பில் இருந்து பத்மா இவர்கள் வீட்டில் தங்கி படிக்க, ஆறாம் வகுப்பு முதல் நாள் பத்மா பள்ளிக்கூடத்திற்கு சென்றபோது, புதிதாக வந்த மாணவியான தேவியும் பத்மாவின் பக்கத்திலேயே இருந்த இடத்தில் அமர்ந்துகொள்ள, ஏதோ விட்டகுறை தொட்டகுறை போல, பலநாள் பழகிய நட்பு போல, இருவரும் பேச ஆரம்பித்து, உடனே அத்தனை நெருங்கிய தோழிகள் ஆகிவிடுகின்றனர்...

> "அவங்க வடிவம்மா தானே..." என்று கேட்க "ஆமாமா அவங்கள உங்களுக்கு தெரியுமா - நீங்க வந்து இங்க வந்து, கிட்டத்தட்ட ஒரு மாசத்துக்கு மேல ஆகுதில்லையா... அவங்க இங்க வந்து ஒரு வாரம் ஆகுது... வேற ஊர்ல இருந்து வந்திருக்காங்க - பாவம் அவங்க பொண்ணு கூட மனநிலை பாதிக்கப்பட்டு இருக்கா... ஏழு வயசுல ஒரு பேத்தி இருக்கு... "என்று கூட்டத்திலிருந்து ஒருவர் சொல்லிக் கொண்டே போக, "சரி நான் வரேன்..." என்று சொல்லிவிட்டு, வேறு எதுவும் பேசத் தோன்றாமல் கனத்த மனத்துடன் கிளம்புகிறாள் சரஸ்வதி...

தினமும் பத்மாவும் தேவியும் ஒன்றாகத்தான் பள்ளிக்கூடம் செல்வார்கள், ஒன்றாகத்தான் உட்கார்ந்து சாப்பிடுவார்கள், சனி ஞாயிறுகளில் கூட, வீட்டு பாடங்களை எழுதி முடித்த பின்னர், ஒன்று இவர்கள் வீட்டிற்கு தேவி வந்துவிடுவாள், அல்லது தேவியின் வீட்டிற்கு பத்மா சென்றுவிடுவாள், விளையாடுவதற்காக... இப்படியே ஐந்து வருடங்கள் பறந்துவிட்டன... பத்மாவும் தேவியும் பத்தாம் வகுப்பில்

கிட்டத்தட்ட ஒரே மாதிரியான மதிப்பெண்கள் பெற்றிருந்தனர்... சரஸ்வதியின் அப்பாவிற்கு சென்னைக்கு மாற்றலாக, பத்மாவும் அவர்கள் ஊருக்கு சென்றுவிட்டாள்... திருச்சி ஜங்ஷனிற்கு தன் பெற்றோருடன் வந்து இவர்களுக்கெல்லாம் விடை கொடுத்த போதுதான் தேவியையும் அவர்கள் குடும்பத்தையும் கடைசியாக பார்த்தது, அதற்குப் பிறகு இப்பொழுது தான் தேவியின் அம்மா வடிவம்மாவை பார்க்கிறாள் சரஸ்வதி ...

காரில் வீட்டிற்கு வந்து இறங்கி தேவியின் நினைவுகளில் மூழ்கி போயிருந்த சரஸ்வதி அப்படியே கண் அயர்ந்து விடுகிறாள்.திடீரென்று நினைவுகளிலிருந்து முழிப்பு வர, திடுக்கிட்டு எழுந்த சரஸ்வதி சுவர் கடிகாரத்தைப் பார்த்த போது மணி ஆறு ஆகியிருந்தது... திடுதிப்பென்று எழுந்து வந்தபோது கணவர் வந்திருந்ததை பார்த்து, "சாரிங்க டயர்ட்ல அப்படியே தூங்கிட்டேன்... காபி குடிச்சிங்களா?" என்று கேட்க, சுரேஷும், "பிள்ளைத்தாச்சி பொண்ணு, உனக்கு காபி போட்டு நான் தரமாட்டேனா இங்க உட்காரு..." என்று சொல்லி உள்ளே சென்று, சூடான காபியை ஆற்றியப்படியே, "ஐயா கையால போட்ட சூடான, சுவையான, திக்கான, நுரை ததும்பும் ஃபில்டர் காபி என் சரசுவுக்காக..." என்று சொல்லிக் கொண்டே வர, "ரொம்ப தேங்க்ஸ்ங்க" என்கிறாள் வெட்கத்துடன்...

‘திசை மாறிய வாழ்க்கை…!’

சுரேஷ் தன் கையில் இருந்த காப்பியை ரசித்துக்கொண்டே “சரஸ்வதி, இன்னிக்கி ஒரு வித்தியாசமான கைதியோட பேசிக்கிட்டிருந்தேன்…. அவனுக்கு கல்யாணமாகி ரெண்டு இரண்டரை வருஷம் தான் இருக்கும்… ஒரு பெண் குழந்தை இருக்காம்… கொலை கேஸ் … உணர்ச்சிவசப்பட்டு தன்னுடைய மனைவிய கொலை பண்ணிட்டான்… அவனோட மனைவிக்கு எக்ஸ்ட்ரா Marital Affair - தன்னோட பொண்டாட்டிக்கு இருந்த எக்ஸ்ட்ரா Marital Affair காரணமா ஏற்பட்ட தகராறுல, உணர்ச்சிவசப்பட்டு பெண்டாட்டியை கொன்னுட்டேன்னு ரொம்ப வருத்தப்பட்டான்…. அந்த ஆண் தப்பிச்சு ஓடிட்டான்னு சொன்னான்… மூணு வருஷம் தண்டனை … அவனோட ஒய்ஃப் அவன கொல்ல வரும்போது அவள புடிச்சு கீழே தள்ளி அதனால அவ இறந்து போயிருக்கா… அந்த நேரத்துல அதை செய்யாம அவன் தப்பிச்சு ஓடிப் போயிருக்கலாம்… ஒரு நிமிஷம் உணர்ச்சிவசப்படும் போது வாழ்க்கையே திசை மாறிபோவது நிஜமாகவே கொடுமையான விஷயம்… ஒரு நிமிஷம் கோபம் மூன்று ஆண்டுகால சிறை தண்டனையை கொடுத்திருக்கு… இந்த மாதிரி திருந்தி வாழணும்ன்னு நினைக்கிறவங்களுக்காக மறுவாழ்வு திட்டங்கள் நிறைய வந்துடுச்சு… ஒவ்வொரு ஊர்ல இருக்கிற ஜெயில்லிருந்தும் விடுதலையாகி போறவங்களுக்கு அவங்களும் வாழறதுக்கு இப்போ நிறைய வழிவகை

அரசாங்கத்துல செஞ்சிட்டு வரோம்... எங்க ஜெயில்ல கூட சலூன் கடை வைக்கறதுக்கு ட்ரைனிங் போயிட்டிருக்கு... அதுல அவனை சேர சொல்லி கொஞ்சம் உற்சாகமா பேசின பிறகுதான் அவனும் கொஞ்சம் ரிலாக்ஸ்டா பீல் பண்ணினான்... "சுரேஷ் சொல்லிக்கொண்டே போக, "இது உண்மையிலேயே ரொம்ப நல்ல விஷயம்... ஏதோ ஒரு எமோஷனல்ல தவறு பண்றவங்க, காலத்துக்கும் கொலைகாரன்ற பட்டத்தோட வாழறது நிச்சயமா மாறணும்..." என்று சரஸ்வதி சொல்ல, "இந்த மாதிரி சலூன் கடை ஆரம்பிக்கறதுக்கு, ஸ்வீட் காரம் செஞ்சு கொடுக்கிறது இப்படி பல கைத்தொழில்களை கைதிகளுக்கு சொல்லிக் கொடுக்கிற ஒரு முன்னோடி மாநிலமா நம்ம விளங்குகிறது ரொம்ப பெருமைக்குரிய விஷயம்..." என்கிறார் சுரேஷ்...

"நான் கூட உங்ககிட்ட ஒரு விஷயம் சொல்லணும்ங்க, இன்னிக்கி குன்றத்தூர் முருகன் கோவிலுக்கு போயிருந்தப்ப, ஒரு அதிர்ச்சியான விஷயத்தை பார்த்தேன்... என்னோட ஒண்ணு விட்ட தங்கச்சி பத்மா கூட படிச்சவ தேவி - நாங்க

எல்லாரும் ஒரு காலத்துல ஃபேமிலி பிரண்ட்ஸ்... அப்பாவுக்கு மாத்தலாகி சென்னைக்கு வந்த பிற்பாடு காண்டாக்ட் விட்டு போச்சு... இன்னைக்கு தேவியோட அம்மா குன்றத்தூர் கோவில் மலையடிவாரத்துல, பிச்சை எடுத்துட்டிருந்தத பார்த்தப்போ என்னால தாங்க முடியல... நான் அவங்கள அடையாளம் கண்டுபிடிச்ச மாதிரி அவங்களும் என்னை தெரிஞ்சுக்கிட்டாங்க... என்னை பார்த்தஉடனேயே அவமானம் தாங்காம அந்த அம்மா ஓடியே போயிட்டாங்க... அங்க இருந்தவங்க கிட்ட விசாரிச்சப்ப, அவங்க மகளுக்கு அதாவது தேவிக்கு மனநிலை சரி இல்லைன்னும், ஒரே ஒரு பேத்தி இருக்கிறதாகவும் சொன்னாங்க... என் மனசு அப்போதிலிருந்தே சங்கடமாயிருக்குங்க... ஒரே குழப்பமா இருக்கு..." என்று சரஸ்வதி சொல்ல, "நல்ல நிலைமையில் இருந்த அவங்களை இப்படி நீ பார்க்கும்போது எவ்வளவு அவமானமா இருந்திருக்கும் அவங்களுக்கு ... நீ ஒண்ணும் கவலைப்படாதே... நாளைக்கு எனக்கு ஆப்டியூட்டி தான்... அதனால ரெண்டு பேருமா போயி அவங்கள பார்த்து விசாரிச்சுட்டு அவங்களுக்கு என்ன உதவி தேவையானாலும் நம்மளால முடிஞ்சத கட்டாயம் செய்வோம்..." என்கிறார் சுரேஷ் சமாதானம் சொல்ல நிம்மதியானது சரஸ்வதிக்கு...

> "எங்க ஜெயில்ல கூட சலூன் கடை வைக்கறதுக்கு ட்ரைனிங் போயிட்டிருக்கு... அதுல அவனை சேர சொல்லி கொஞ்சம் உற்சாகமா பேசின பிறகுதான் அவனும் கொஞ்சம் ரிலாக்ஸ்டா பீல் பண்ணினான்... "சுரேஷ் சொல்லிக்கொண்டே போக, "இது உண்மையிலேயே ரொம்ப நல்ல விஷயம்... ஏதோ ஒரு எமோஷனல்ல தவறு பண்றவங்க, காலத்துக்கும் கொலைகாரன்ற பட்டத்தோட வாழறது நிச்சயமா மாறணும்..."

அதிகாலையிலேயே எழுந்து கடகடவென குளித்துமுடித்து ஆவி பறக்கும் இட்லியும், சுரேஷுக்கு பிடித்த கொத்தமல்லி சட்னியையும் சரஸ்வதி செய்து வைக்க, இருவரும் அதை சாப்பிட்டுவிட்டு அவர்களின் ஆட்டோமேட்டிக் குவிட் காரில் குன்றத்தூர் முருகன் கோவிலுக்கு கிளம்புகின்றனர்...

கார் விரைந்து டிஎல்எப்பை தாண்டி போரூர் ஜங்ஷனில் சிக்னலுக்காக வெயிட் செய்யும் வேளையில் யாரோ ஒரு வயதான அம்மா பிச்சை எடுத்துக்கொண்டு போக, அதை பார்த்தவுடன் மீண்டும் சரஸ்வதிக்கு தேவியின் அம்மா நினைவுக்கு வர, யாரோ நெஞ்சில் அறைந்தது போன்ற ஒரு உணர்வு...

இரண்டு நாட்கள் முன்பு பெய்த மழையில் குன்றத்தூர் மெயின் ரோடு சற்றே குண்டும் குழியுமாக இருக்க, சாலை பராமரிப்பு ஒரு பக்கம் நடந்து கொண்டிருக்க, வேகத்தை குறைத்து போக வேண்டி இருந்தது... வண்டி கிருகம்பாக்கத்தை தாண்டிய பிறகு கொஞ்சம் வேகம் பிடிக்க, அடுத்த பத்து நிமிடத்தில் குன்றத்தூர் பஸ் ஸ்டாண்டை அடைகிறது.. குன்றத்தூர் முருகன் கோவில் நெருங்க நெருங்க ஏதோ ஒரு பயம் கலந்த உணர்வு சரஸ்வதியை ஆட்கொள்கிறது... 'நேத்து நம்மள பார்த்து அவமானப்பட்டு அவ்வளவு வேகமா தேவியோட அம்மா ஓடினாங்களே... இன்னிக்கி வந்திருப்பாங்களா அவங்கள பார்க்க முடியுமா? ' என்று பலவாறு குழம்பிக் கொண்டிருந்தாள் சரஸ்வதி...

‘அவன் ஒரு மிருகம்..!’

குன்றத்தூர் முருகன் கோவில் அடிவாரத்தில் ஆட்டோமேட்டிக் காரை ஆப் செய்துவிட்டு இருவரும் இறங்கி நடக்க, அங்கே வடிவம்மா உட்கார்ந்திருப்பதை பார்த்து சற்றே ஆறுதல் அடைகிறாள் சரஸ்வதி... ஒன்றும் சொல்லாமல் மெதுவாக வடிவம்மாவின் அருகில் சென்று நின்று அப்படியே அவள் தோள்களை பற்றுகிறாள்... சரஸ்வதியை பார்த்தவுடன் எழுந்து நின்று அப்படியே அவளை கட்டிப்பிடித்து அழுகிறாள் வடிவம்மா... சரஸ்வதியும் உடனே “நீங்க முதல்ல வாங்க - கார்ல தான் வந்திருக்கோம், உங்க வீடு எங்க இருக்கு சொல்லுங்க, அங்க போய் பேசிக்கலாம்..” என்கிறாள்...

குன்றத்தூர் முருகன் கோவிலிவிருந்து, கிளம்பி வடிவம்மா சொன்ன சின்ன சின்ன தெருக்கள் வழியாக, சந்து பொந்துகளுள் புகுந்து நுழைந்து ஒரு வழியாக அவர்களின் சிறிய ஓலை குடிசை வீட்டு வாசலில் கார் நிற்கிறது. உள்ளே சென்றதும் பார்த்த காட்சி இருவருக்குமே பகீர் என்றிருக்கிறது... ஒரு ஓரமாக சங்கிலியால் பிணைக்கப்பட்ட தேவி படுத்திருக்க, 10 வயது மதிக்கத்தக்க ஒரு சிறு பெண் அடுப்பில் சமையல் செய்து கொண்டிருக்கிறாள்...” ராணி இங்கே வாம்மா... இவங்க நமக்கு ரொம்ப தெரிஞ்சவங்க...” என்று வடிவம்மா சொல்ல, “ஐயோ குழந்தைக்கு ஒண்ணுமே வாங்கிட்டு வரலையே...”

என்று சரஸ்வதி சொல்ல, "அம்மா நான் ஒண்ணும் குழந்தை இல்ல... "என்று சற்றே ரோஷத்துடன் ராணி சொல்ல, "அப்பா! என்ன கோவம் வருது... அப்படியே தேவி மாதிரி..." என்று ராணியின் கன்னத்தை அன்புடன் லேசாக தட்டுகிறாள் சரஸ்வதி...." ராணி நீ பக்கத்துல போயி விளையாடிட்டிரு, நான் சமையல பார்த்துக்கிறேன்" என்கிறாள் வடிவம்மா.

> "அந்த நேரத்துல தான் என் தம்பி ரொம்ப நாளா வெளியூர்ல இருந்தவன் ஊருக்கு வந்தான்... கேடுகெட்ட எண்ணத்தோட இருந்த அவனை புரிஞ்சுக்க முடியல தேவியால - மாமா தானே அப்படின்னு சொல்லி வீட்டில விட்டிருக்கா... முதல் நாள் ஒழுங்கா இருந்தவன், இரண்டாவது நாள் தேவி குடிக்கிற பால்ல மயக்க மருந்து கலந்து... அவள அவள..." சொல்ல முடியாமல் மேலும் கதறுகிறாள் வடிவம்மா..

"சரி பாட்டி..." என்று சொல்லிவிட்டு சிட்டாய் பறக்கிறாள் ராணி... "என்னம்மா ஆச்சு உங்களுக்கு ஏன் இந்த நிலைமை..." என்று சரஸ்வதி அக்கறையுடன் கேட்க, தாள முடியாமல் வெடித்து அழுகிறாள் வடிவம்மா...." நீங்கல்லாம் வேற ஊருக்கு போன பிறகு தொடர்ந்து படிச்சுக்கிட்டிருந்தா தேவி... அவளுக்கு நிறைய படிச்சிட்டு டீச்சர் ஆகணும்னு ஒரே ஆசை... அவங்க அப்பாவுக்கும் "நம்ம வீட்ல பெருசா யாரும் படிச்சதில்லை குழந்தை படிக்கணும்னு ஆசைப்படுறா நல்லா படிக்கட்டுமே" ன்னு சொல்லிட்டார்... காலேஜ்ல கிராஜுவேஷன் முடிச்சு வீட்டில லீவுல இருந்த சமயத்துல, நாங்க ஒரு கல்யாணத்துக்காக, வெளியூர் போக வேண்டி இருந்தது... அவ ஏதோ என்ட்ரன்ஸ் எக்ஸாம்ன்னு சொல்லி வரலைன்னு சொல்லிட்டா... "என்று சொல்லிக்கொண்டேபோனவடிவம்மா,திடீரென்றுபெருங்குரல் எடுத்து அழ ஆரம்பித்தாள்... அவள் அழுகை ஓயட்டும் என்று இருவருமே காத்துக் கொண்டிருந்தனர்..." அந்த நேரத்துல தான்

- என் தம்பி ரொம்ப நாளா வெளியூர்ல இருந்தவன் ஊருக்கு வந்திருக்கான்… கேடுகெட்ட எண்ணத்தோட இருந்த அவனை புரிஞ்சுக்க முடியல தேவியால - மாமா தானே அப்படின்னு சொல்லி வீட்டில விட்டிருக்கா… முதல் நாள் ஒழுங்கா இருந்தவன், இரண்டாவது நாள் தேவி குடிக்கிற பால்ல மயக்க மருந்து கலந்து… அவள அவள…” சொல்ல முடியாமல் மேலும் கதற, இருவருக்கும் பெரும் அதிர்ச்சி… அடுத்த நாள் காலையில அப்படி ஒரு சோர்வோட எழுந்த தேவிக்கு அலங்கோலமா தான் இருந்தத பாத்து நெஞ்சு வெடிச்சிடுச்சு… அந்தப் பாவி அதோடு நிக்கல செல்போன்ல இதையெல்லாம் படம் புடிச்சு வச்சிருக்கான்…” என்று அழுது கொண்டே சொல்ல, விக்கித்துப் போய்விட்டது இருவருக்கும்…

"நாங்க வீட்ல இல்லாத சமயத்தில எல்லாம், அத காட்டி காட்டி மிரட்டி பலதரம் அவள பணிய வச்சிருக்கான் - ஒரு நாள் நானும் எங்க வீட்டுக்காரரும் வெளியில போயிட்டு பஸ் கிடைக்கலைன்னு திடீர்னு வீட்டுக்கு திரும்பி வந்தப்போ, என் தம்பி தவறா தேவி கிட்ட நடந்துகிட்டு இருந்தத பாத்துட்டோம் - நானும் ஏதோ ஒரு தைரியத்துல அவன் கையில் இருந்த செல்போனை வாங்கி உடைச்சிட்டேன்... இதையெல்லாம் பார்த்துகிட்டு இருந்த தேவியோட அப்பாவுக்கு ஒண்ணுமே சொல்ல தோணல நாங்க எவ்ளோ கெஞ்சியும் அவன் தேவியை கல்யாணமே செஞ்சுக்க மாட்டேன்னு சொல்லிட்டான்... அந்த அவமானம் தாங்காம ட்ரெயின் முன்னாடி பாஞ்சுட்டாரு தேவியோட அப்பா..." என்று கதறி கதறி அழுத வடிவம்மாவை தேற்ற முடியவில்லை இருவராலும்..." இதையெல்லாம் தாங்க முடியாத தேவி பைத்தியமாவே ஆயிட்டா... திடீர்னு ஒரு நாள் அவ வாந்தி எடுக்கிறத பார்த்த பிறகுதான் அவ கர்ப்பமா இருக்கான்னு தெரிஞ்சது - அதுக்கு அப்புறம் ஒண்ணும் புரியாம, சொத்துக்கள் எல்லாம் வித்துட்டு, யார்கிட்டயும் சொல்லிக்காம நானும் தேவியும் ஊற விட்டு வந்துட்டோம் ... டைம் தாண்டிட்டதனால கர்ப்பத்தை கலைக்க முடியல... அதுக்கப்புறம் கொஞ்சம் கொஞ்சமா கையில இருந்த காசு கரைய ஆரம்பிச்சது, தேவியும் ஒரு பெண்ணை பெற்றெடுத்தா... அந்த குழந்தையை ஸ்கூல்ல சேர்த்து மூணாம் கிளாஸ் வரைக்கும் படிச்சது. இந்த வருஷம் கையில பணம் இல்ல பள்ளிக்கூடம் இலவசம்தான் ஆனா கூட, தேவியை பார்த்துக்க ஆளில்ல - தினமும் சாப்பாட்டுக்கு கஷ்டம் அப்படின்ற நிலைமையில, நானும் குன்றத்தூர் மலை அடிவாரத்தில் பிச்சை.." என்று அதற்கு மேல் பேச முடியாமல், கதறி அழுது "எங்க நிலைமய பார்த்தியா சரஸ்வதி..." என்று 'கேவி கேவி' வடிவம்மா அழ, அழுதவளை தேற்றிய சரஸ்வதி, "நாங்க இருக்கும் போது எதுக்கு நீங்க கவலைப்படுறீங்க,

எனக்கு குழந்தை பிறந்து கொஞ்ச நாள் வளர்ந்து அவ ஒரு விபத்துல இறந்துட்டா அதுக்கப்புறம் இப்ப நான் மறுபடியும் உண்டாயிருக்கேன் எனக்கும் நீங்க வந்தா நல்லா இருக்கும்... நீங்க என்னங்க சொல்றீங்க..." என்று சரஸ்வதி சுரேஷை பார்த்து கேட்க, "சரஸ்வதி சொல்றதம்மா கரெக்ட் - நாங்க இருக்கும்போது நீங்க எதுக்கு இங்க தனியா கஷ்டப்படணும்... எங்க கூட வந்துருங்க... தேவிய இப்படியே வச்சிருக்கிறது தப்பு - மனநல மருத்துவமனையில் சேர்த்துடலாம்... குழந்தையையும் ஸ்கூல்ல சேர்த்துடலாம் - ராணி இனிமே எங்க பொண்ணு..." என்று சுரேஷ் சொல்லவும், கண்களில் நீர் தளும்ப, பக்கத்தில் விளையாடிக் கொண்டிருந்த ராணியையும் அழைத்துக் கொண்டு, தேவியையும் அழைத்துக் கொண்டு எல்லோரும் காரில் புறப்படுகின்றனர்...

‘மனநலகாப்பகம் - அது ஒரு வழி பாதை...!’

தேவியை மனநல மருத்துவ காப்பகத்தில் சேர்த்து விட்டு, ராணியை பள்ளிக்கூடத்தில் நான்காம் வகுப்பில் சேர்க்கின்றனர்... மனநல காப்பகம் வேறு ஊரில் இருப்பதால் தேவியை பார்ப்பதற்கு சரஸ்வதியும் வடிவம்மாவும் அவ்வப்போது சென்று வருகின்றனர்... தேவியிடம் மாற்றங்கள் தெரிகிறது... எப்பொழுதுமே சற்று ஆக்ரோஷமாக காணப்படும் தேவி இப்பொழுதெல்லாம் அமைதியாக காணப்படுகிறாள...

“டாக்டருக்கு போன் பண்ணேன் ...தேவி கிட்ட நிறைய மாற்றங்கள் தெரியுதுன்னு சொன்னாரு...எப்பவுமே தலைய தொங்க போட்டுகிட்டு இருக்கிற தேவி இப்ப முகத்தை நிமிர்ந்து பார்க்கிறாளாம்.., அது மட்டுமில்ல சில நேரங்களில் ஆக்ரோஷமா நடந்துட்டிருந்த தேவி, இப்பல்லாம் அவ்வளவா கோபப்படுவதும் இல்லையாம் ... இன்னிக்கு நம்ம போயி தேவியை பார்த்துட்டு வருவோம்...” என்று சரஸ்வதி சொல்ல, மகள் இப்பொழுது எப்படி இருக்கிறாள் தன்னை அவளுக்கு அடையாளம் தெரியுமா என்று பலவிதமாக மனதில் கற்பனை செய்து கொண்டு ஆர்வத்துடன் கிளம்புகிறாள் வடிவும்மா...

மனநல காப்பகம் - அது ஒரு தனி உலகம்... அங்கு பூரண நலம் பெற்றவர்கள் கூட இன்னும் அங்கேயே இருப்பதை காண முடியும்... குணமடைந்தவர்களை வீட்டில் இருப்பவர்கள் அழைத்து செல்வதே கூட அரிது! அப்படியே அழைத்துச் சென்றாலும் ஏதாவது பிரச்சனை என்றால் "அது பைத்தியம் தானே அதுக்கு சொல்லி புரிய வைக்க முடியாது.." என்று சர்வ சாதாரணமாக மீண்டும் கொண்டு வந்து காப்பகத்தில் விடுவது உறவினர்களுக்கு ஒரு பெரிய விஷயமே இல்லை... சில நேரங்களில் உண்மையில் குணமடைந்தவர்கள் காப்பகத்தில் இருப்பதை தான் நிம்மதியாக உணர்கிறார்கள்...!

முன்பு ஆக்ரோஷமாக இருந்த தேவியை தனி செல்லில் போட்டிருந்த நிலையில், இப்பொழுது அங்கிருந்து மாற்றப்பட்டு, காப்பகத்துள்ளேயே சுற்றி வரும் அளவிற்கு மாற்றங்கள் தெரிகிறது அவளிடம் ... "தேவி கிட்ட நிறைய இம்ப்ரூவ்மெண்ட்.... இப்ப எல்லாம் நாங்க சொல்ற வேலையை செய்யறா... பைல் எடுத்துக்கொண்டு போய் கொடுக்கிறது இப்படி சின்ன சின்ன வேலைகளை செய்ய வைக்கிறோம் "என்ற டாக்டர், "அம்மா

இங்க வாங்க... தேவியை கூட்டிட்டு வாங்க..." என்று அங்கிருந்த ஒரு பெண்ணிடம் சொல்லி அனுப்புகிறார்...

வடிவம்மாவை பார்த்ததும், வடிவம்மாவின் முகத்தை உற்று நோக்கிய தேவி அவளை அடையாளம் கண்டு கொண்டு முகத்தில் மகிழ்ச்சியுடன்" அம்மா எப்படி இருக்கீங்க" என்று கேட்க, வடிவம்மா அவளை அப்படியே கட்டி அணைத்து கண்ணீர் விடுகிறாள்... "இது யாருன்னு தெரியுதா...?" என்று சரஸ்வதியை காண்பித்து வடிவம்மா கேட்க, யோசித்துப் பார்த்து குழப்பத்துடன் நின்ற தேவியை, "என்ன தெரியல உன் கூட படிச்ச பத்மாவோட அக்கா சரஸ்வதி..." என்று சரஸ்வதி சொல்ல, தேவிக்கு அத்தனை மகிழ்ச்சி... தன்னை இங்கு சேர்த்தது சரஸ்வதி தான் என்று தெரிந்து கொண்ட தேவி, "சரசு அக்கா! நான் சீக்கிரம் குணமாயிட்டு வந்துடுவேன்... இங்கு எல்லாரும் என் பேர்ல அவ்ளோ அன்பா இருக்காங்க..." என்கிறாள்.

"உனக்கு ஒரு பெண் குழந்தை இருக்கு அவ இப்ப ஃபோர்த் ஸ்டாண்டர்ட் படிக்கிறா... அம்மாவும் அவளும் எங்க கூட தான் இருக்காங்க" என்கிறாள் சரஸ்வதி...

பதிவேட்டில் இருக்கும் சரஸ்வதியின் முகவரியை எப்படியோ தெரிந்து கொள்கிறாள் தேவி.. தன்னுடைய குழந்தையை பார்க்கும் ஆர்வத்தில், மனநல காப்பகத்தை விட்டு யாருக்கும் தெரியாமல் வெளியே வருகிறாள்...

பிரேக்கிங் நியூஸ்... 'பிரபலமான முன்னணி ஹீரோவான வினோத்காந்த்தை அவர் ஒரு கடையில் இருந்து வெளியே வரும்போது, அடையாளம் தெரியாத மனநிலை சரியில்லாத ஒரு பெண் கல்லால் அடித்து தாக்கிவிட்டு ஓடிவிட்டாள்' என்ற பிரேக்கிங் நியூஸ் போய்க்கொண்டே இருந்தது டிவியில் ... கிட்டத்தட்ட எல்லா சேனல்களிலும் இதுதான் பிரேக்கிங் நியூஸ்... அன்று மாலையே மீடியா சந்திப்பு ஒன்று ஏற்பாடு செய்து அதற்கு

தலையில் கட்டுடன் வந்த வினோத் காந்த் "காலையிலிருந்து எனக்கு அத்தனை போன் கால்ஸ் - எல்லோரோட அன்புக்கும் ரொம்ப ரொம்ப நன்றி... போலீசில் புகார் கொடுக்கச் சொல்லி சொன்னாங்க... ஆனா பாவங்க, அது ஒரு மனநிலை சரியில்லாத பொண்ணு... நான் எதிர்பாராத சமயத்தில் என் பக்கத்தில் வந்த அந்த பொண்ணு திடீர்னு கையில் வைத்திருந்த பெரிய கல்லாலே என் மண்டையை தாக்கிட்டு ஓடிட்டாங்க... மனநிலை சரியில்லாதவங்க அவங்களுக்கு, எந்த தண்டனையும் கொடுக்கக் கூடாது... அவங்களை தேடி கண்டுபிடிச்சு என்கிட்ட யாராவது கூட்டிட்டு வந்தாங்கன்னா, பெஸ்ட் சைக்கியாட்ரிஸ்ட் கிட்ட அவங்களுக்கு கட்டாயமா ட்ரீட்மென்ட் பண்றேன்... "என்று பேசி முடிக்க ... "சார் அதெல்லாம் இருக்கட்டும் எப்ப சார் எங்களுக்கு எல்லாம் கல்யாண சாப்பாடு போட போறீங்க?" என்று திடீரென்று ஒரு பத்திரிக்கையாளர் கேட்க, "என்னோட திருமணம் கூடிய விரைவில் நடக்கப்போகுது இந்த சந்தோஷமான செய்தியை இந்த நேரத்துல உங்க கிட்ட எல்லாம் பகிர்ந்திருக்கிறேன்... கட்டாயம் கல்யாணத்துக்கு நீங்க எல்லாம் வரணும்" என்று உருக்கமாக பேசிய வினோத் காந்த்தை பேஸ்புக்கிலும் ட்விட்டரிலும் கொண்டாடித் தீர்த்தனர் ரசிகர்களும் பொதுமக்களும்...

'எதிர்பாராதது...!'

பிரேக்கிங் நியூஸ் பார்த்துக் கொண்டிருந்த சரஸ்வதிக்கு அவளுடைய மொபைல் போன் அடிக்க, எடுத்து பேசிய சரஸ்வதி அப்படியே அதிர்ச்சியாகிறாள்... உள்ளிலிருந்து வந்த வடிவம்மாவிற்கு தேவி இறந்து போன செய்தியை தெரியப்படுத்த, தாள மாட்டாமல் அழுகிறாள்...

"இது எப்படி நடந்ததுன்னு தெரியல... யாருக்கும் தெரியாம தேவி எப்படி வெளியில வந்தான்னு புரியல... வெளியில இருக்கிற ஆட்டோ ஸ்டாண்ட்ல சொன்னாங்க பதட்டத்தோட தேவி ஓடிவந்தப்ப எதிர வந்த கார் மோதி இறந்துட்டான்னு... வெரி சாரி..." என்று போஸ்ட்மார்ட்டம் செய்த தேவியின் உடலை ஒப்படைக்கின்றனர்...

"நம்மளோட வந்து இருக்கணும்னு அவ அவ்வளவு ஆசையா இருந்தா... இவ்வளவு தூரம் குணமான பிறகு கடைசியில் குழந்தை ராணி முகத்தை பார்க்காமலே போய்ட்டாளே..." என்று கதறி அழுகிறாள் வடிவம்மா...

எல்லாம் ஆயிற்று... ராணியை தன் சொந்த மகளாகவே வளர்க்கின்றனர் சரஸ்வதியும் சுரேஷும்... 'மேடம், சார்' என்று கூப்பிட்டுக் கொண்டிருந்த ராணியை, "நீ இனிமே மேடம் - சார்ன்னு கூப்பிடவே கூடாது அம்மா - அப்பான்னு தான்

சொல்லணும்..." என்று சொல்லி வளர்க்க, அவர்களுக்கு உண்மையிலேயே ஒரு மகளாகி விடுகிறாள் ராணி...

மாதங்கள் கடந்து சரஸ்வதிக்கு பிரசவ வலி ஏற்படுகிறது... எல்லோருமாக ஆஸ்பத்திரியில் சரஸ்வதியை கொண்டு வந்து சேர்க்க, அந்த நேரத்தில் ஜெயிலர் என்ற முறையில் சுரேஷுக்கு அவசர வேலை என்று அழைப்பு வருகிறது. "நீங்க தைரியமா போயிட்டு வாங்கய்யா - எல்லாம் நல்லபடியா நடக்கும்... நான் உங்களுக்கு போன் பண்றேன்... "ராணி! என்ன தூங்கிகிட்டிருக்க? அம்மாவுக்கு குழந்தை பிறக்க போவதில்ல "என்று வடிவம்மா தூங்கிக் கொண்டிருந்த ராணியை உலுக்கி எழுப்ப, "பரவாயில்ல, அவளை நான் தூக்கிட்டு போயிடுறேன்- வீட்ல போய் விட்டுட்டு, நான் டூட்டிக்கு போய் என்னன்னு பாத்துட்டு வந்துடறேன்" என்று தூங்கிக் கொண்டிருக்கும் ராணியை தூக்கிக் கொண்டு, அவசரமாக கிளம்புகிறார் சுரேஷ்...வடிவம்மா ஆஸ்பத்திரியில் கூடவே இருக்கிறாள்... வெள்ளிக்கிழமை காலை சரியாக ஏழேகால் மணிக்கு அழகான ஆண் குழந்தை ஒன்று பிறக்கிறது, அச்சு அசல் சுரேஷின் ஜாடையில்...

"ஐயா நம்ம அம்மாவுக்கு ஆண் குழந்தை பிறந்திருக்கு... அப்படியே உங்கள மாதிரியே இருக்கான் பையன்..." என்று வடிவம்மா போன் செய்ய, துள்ளி குதித்து, ராணியை எழுப்பி, "ராணி எழுந்திரு தம்பி பாப்பா பிறந்திருக்கு..." என்று சொல்லவும் தூக்கம் கலைந்து சந்தோஷத்தில் துள்ளி குதித்து எழுந்து கொள்கிறாள் ராணி..."அப்பா அப்பா சீக்கிரம் கிளம்பலாம் பா...இன்னிக்கு ஸ்கூல் வேண்டாம்பா... ப்ளீஸ் பா" என்று சொல்லிவிட்டு பாத்ரூமிற்கு ஓடிய மகளை, "சரி சரி உனக்கு ஸ்கூலுக்கு லீவு போடுறதுக்கு ஒரு சாக்கு கிடைச்சிடுச்சு..." என்று சிரித்துக் கொண்டே ஆஸ்பத்திரிக்கு கிளம்புவதற்கு தயாராகின்றனர் இருவரும்...

ஆஸ்பத்திரியில் குழந்தை சரஸ்வதியின் பக்கத்திலேயே இருக்கும் தொட்டிலில் அழகாக சிரித்துக் கொண்டிருக்கிறான் ... குழந்தையை எடுத்து கொஞ்சுகிறார் சுரேஷ்.... "ஐயா! ஐயா! பார்த்து பார்த்து சின்ன குழந்தை- கழுத்து நிக்காத குழந்தை..." என்று வடிவம்மா அக்கறையுடன் சொல்ல, மெதுவாக பூப்போல கையில் ஏந்தி தொட்டிலில் விடுகிறார் சுரேஷ்... ராணி குழந்தையின் கன்னத்தை தொட்டு தொட்டு முத்தமிடுகிறாள்...

"ரெண்டு பேரும் வெளியிலிருந்து வந்திருக்கீங்க - இப்படி குழந்தையை தொட்டு தொட்டு கொஞ்சாலாமா "என்று உரிமையுடன் வடிவம்மா சற்றே கோபத்துடன் சொல்ல, "இல்ல பாட்டி, வரும்போது கையை சுத்தமா கழுவிட்டு வந்து தான் குழந்தையை தொட்டோம்..." என்று சமாதானம் சொன்ன ராணியை பார்த்து பெருமையாக சிரித்துக் கொள்கிறாள் சரஸ்வதி...

"ராணி குழந்தைஎப்படியிருக்கு?" என்று சரஸ்வதி கேட்க, "அப்படியே plum கேக் மாதிரி இருக்குமா... எங்க ஸ்கூல்ல போயி எல்லார்கிட்டயும், எனக்கு பிளம் கேக் மாதிரி ஒரு தம்பி பாப்பா பிறந்திருக்கிறான்னு சொல்லி நாளைக்கு எல்லாருக்கும் சாக்லேட் கொடுக்க போறேன்.." என்று சந்தோஷமாக துள்ளி குதித்த ராணியை அப்படியே உச்சி முகர்கிறாள் சரஸ்வதி...

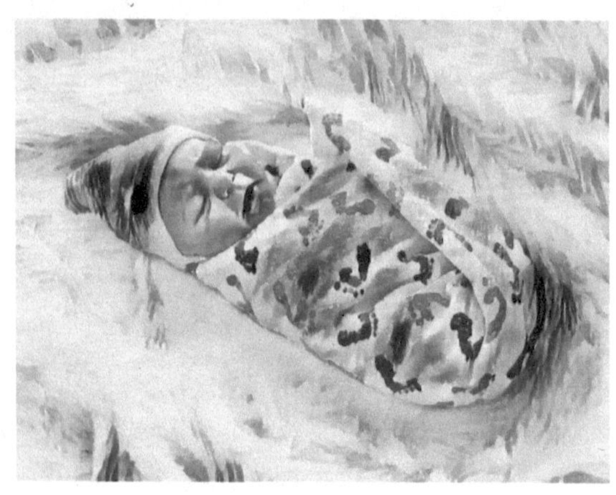

குழந்தைக்கு "கிருஷ்ணன்" என்று பெயர் வைக்கின்றனர்... காலம் வேகமாக ஓடுகிறது... 'பிரீ கே ஜி எல்லாம் வேண்டாம் குழந்தை கொஞ்ச நாளைக்கு வீட்டில் இருக்கட்டும் டைரக்டா எல்கேஜிபோட்டுக்கலாம்'என்றுமுடிவெடுக்கின்றனர்இருவரும்... கிருஷ்ணன் வடிவம்மாவை தன் பாட்டி என்றே நினைக்கிறான். அதுபோல ராணியை தன் சொந்த சகோதரியாகவே நினைத்து வளர்கிறான்... வீட்டில் இருப்பவர்களும் எதுவும் அவனிடம் சொல்லவில்லை... ராணி படிக்கும் அதே பள்ளிக்கூடத்தில் எல் கே ஜி யில் சேரும் கிருஷ்ணனை தினமும் இன்டர்வெல்லின் போதும், லஞ்ச் டைமிலும் விடாமல் சென்று பார்த்து, அவனுடனேயே சாப்பிடுகிறாள் ராணி..." ராணி உன் தம்பி வந்தாலும் வந்தான், எங்களை எல்லாம் மறந்தே போயிட்டியே..." என்று அவளுடைய தோழிகள் கிண்டல் செய்தாலும், "ஸ்கூலுக்கு வரதுக்கு ரொம்பவும் பயப்படுறான் - டெய்லி ஒரே அழுகை ... சின்ன குழந்தை இல்ல அதனால தான் டெய்லி அவ்ன் கூட போய் உட்கார்ந்துகிறேன்..." என்று பெரிய மனுஷி போல சொல்கிறாள் ராணி... கிருஷ்ணனுக்கும் ராணியக்கா என்றால் உயிர்... பள்ளிக்கூடத்தில் யாராவது திட்டினாலோ,

பக்கத்தில் இருக்கும் பையன் கிள்ளி வைத்தாலோ உடனே ராணியிடம்தான் கம்பளைண்ட்.... சரஸ்வதி அவனுக்கு ஏபிசிடி சொல்லி கொடுத்தாலும், "அம்மா எனக்கு ராணி அக்கா தான் சொல்லிக் கொடுக்கணும்..." என்று சொல்லும் மகனை பார்த்து சந்தோஷமாக சிரித்து கொள்வாள் சரஸ்வதி. கிருஷ்ணனை பொறுத்தவரையில் ராணி தான் அவனுக்கு எல்லா பாடங்களையும் சொல்லிக் கொடுக்க வேண்டும், அவளுக்கு பரிட்சை என்ற போதும்," கிருஷ்ணா நான் சொல்லிக் கொடுக்கிறேன்... அக்கா எக்ஸாமுக்கு படிக்க வேண்டாமா?" என்று சுரேஷ் சொன்னாலும் கேட்பதே இல்லை கிருஷ்ணன்..." அக்கா படிச்சிட்டு எனக்கு சொல்லிக் கொடுக்கட்டும்..." என்று சொல்லிவிடுவான்... ராணியும் படிப்பில் படு சுட்டி என்பதால் தன்னுடைய பாடங்களை படித்து முடித்த பின்னர் கிருஷ்ணனுக்கும் பாடம் சொல்லிக் கொடுப்பாள்... அதோடு ஒவ்வொரு வருடமும் கிருஷ்ணனின் இறுதிப் பரீட்சையின் போது, பரீட்சை ரிசல்ட் வரும்போது அவர்களின் பள்ளிக்கூடத்தில் அதை நேரில் சென்றுதான் பெற வேண்டும். அப்பொழுதும் கிருஷ்ணன் "எனக்கு ராணியா அக்கா வந்தாதான் நான் ஃபர்ஸ்ட் மார்க் வாங்குறேன்... ராணி அக்கா தான் எனக்கு ராசி... "என்று அப்பொழுதும் ராணியுடனே ஒட்டிக் கொள்கிறான்...

‘அப்பா...!’

நான்கு நாள் ஸ்கூல் டூர் - ஊட்டிக்கு செல்கிறான் கிருஷ்ணா... ஸ்கூலில் கொண்டுவந்து விடுவதற்காக எல்லா பெற்றோர்களும் வர, “ஏண்டா கண்ணு இப்படி உர்ன்னு மூஞ்சிய தூக்கி வச்சுக்கிட்டிருக்க - ஜாலியா போயிட்டு வாடா..” என்று சரஸ்வதி சொல்ல, “போமா என் ஃப்ரெண்ட்ஸ்க்கெல்லாம் அவங்கவங்க டாடி மம்மி வந்திருக்காங்க இன்னிக்கு பார்த்து- டாடிக்கு ஏதோ வேலைன்னு காலையிலேயே போயிட்டாரு...” என்று கோபத்துடன் சிணுங்க, “கிருஷ்ணா கவலையே படாதே! சந்தோஷமா போயிட்டு வா - நீ ஊர்ல இருந்து வரும்போது நாங்க ரெண்டு பேரும் கட்டாயம் வருவோம், ஓகே”என்று கன்னத்தில் முத்தம் கொடுத்து கிருஷ்ணாவை வழி அனுப்புகிறாள் சரஸ்வதி...

கிருஷ்ணாவை ஊருக்கு அனுப்பிவிட்டு, சுரேஷுக்கு போன் செய்ய, “கிருஷ்ணா ஊருக்கு போய்ட்டானா - நான் போன்ல பேசினா ரொம்ப அழுவான்... அதனால தான் போன் பண்ணலை ... இங்கேயும் கொஞ்சம் ஒர்க் டென்ஷன் ...ஒரு கைதிக்கு நாளைக்கு தூக்கு தண்டனையை நிறைவேற்ற போறோம்... மனசு கொஞ்சம் சங்கடமா இருக்கு..” என்று சுரேஷ் சொல்ல, சரஸ்வதிக்கும் அந்த சங்கடம் தொற்றிக் கொள்கிறது...

"மனைவியை கொடூர கொலை செய்த பொன்னனுக்கு நாளை தூக்கு தண்டனை"- என்று பிளாஷ் நியூஸ் எல்லா நியூஸ் சேனல்களிலும் ஓடிக் கொண்டிருக்கிறது ... அடுத்த நாள் தூக்கு தண்டனை கைதி பொன்னனை தூக்கில் போடுவதற்கான நடைமுறைகள் பரபரப்பாக நடந்து, அடுத்த நாள் அதிகாலையில் தூக்கு தண்டனை நிறைவேற்றப்படுகிறது... பொன்னனுக்கு வேறு யாரும் இல்லாததால், இறுதிச் சடங்குகளுக்காக பொன்னின் சடலத்தை சுரேஷே பெற்றுக்கொள்கிறார்...

"என்ன இருந்தாலும் நம்ம சுரேஷ் சார் ரொம்ப உயர்ந்த மனுஷன்யா - இல்லைனா தூக்கு தண்டனை கைதியான பொன்னனுக்கு, யாரும் இல்லைன்னு அவனோட பாடியை வாங்கி அவரே எல்லா ஈமச் சடங்கு களையும் செய்யறாருன்னா - அவரும் அவர் சம்சாரமும் எவ்வளவு நல்லவங்க... இந்த கலி காலத்தில் இப்படிப்பட்டவங்களை பாக்குறது ரொம்ப கஷ்டம்" என்று சொல்லாதவர்களே அன்று சிறைச்சாலையில் இருந்திருக்க முடியாது...

பொன்னனின் இறுதிச் சடங்குகள் சுரேஷின் வீட்டில் நடைபெற்றுக் கொண்டிருந்தன... "நம்ம ராணியை வரச்சொல்லு..." என்று சொன்ன உடனேயே சுரேஷின் அந்தக் குரல் கேட்டு உள்ளிருந்த ராணி "என்னப்பா...." என்று வெளியில் வர.." இத பாரும்மா இந்த உலகத்தில யாரும் அனாதையா சாகக்கூடாது - உன் தம்பி ஊர்ல இருந்திருந்தா கண்டிப்பா அவனையும் வரச் சொல்லியிருப்பேன்... இந்த பொன்னன் உங்க அப்பா மாதிரி ஒரு மக ஸ்தானத்தில் இருந்து நீ தான் இன்னிக்கி அவனுக்கு எல்லாமே பண்ணனும்..." என்று சுரேஷ் சொல்ல, ராணியும் மறுப்பேதும் சொல்லாமல் எல்லாம் செய்கிறாள்... முந்தைய நாள் இரவில் அவர்கள் தனிமையில் இருக்கும்போது சுரேஷ் சொன்னது சரஸ்வதிக்கு மனதிற்குள் ஓடுகிறது..." சரசு

நாளைக்கு காலையில பொன்னன்னு ஒரு கைதிக்கு தூக்கு தண்டனை நிறைவேற்ற போறோம்.. அவன் இன்னிக்கி என்கிட்ட மனசு விட்டு பேசினான்... “சார் உங்கள நான் ரொம்ப நாளா பார்த்துகிட்டு வரேன்... எல்லா கைதிகள் கிட்டயும் அவ்வளவு அன்பா நடந்துகறீங்க.. என்னை நீங்க பார்த்தப்போவே என்னை எங்கேயோ பார்த்த மாதிரி இருக்குன்னு சொன்னிங்க... நான் ஒரு காலத்துல ஒரு பெரிய சினிமா நடிகரா இருந்தவன் - சினிமாவுல என்னோட பேரு ‘வினோத் காந்த்’... பேரு, புகழ், பணம் எல்லாமே அப்ப என்கிட்ட இருந்தது... புகழின் உச்சியில நான் இருந்த சமயத்துல கல்யாணம் பண்ணிக்கிட்டேன் கல்யாணத்துக்கு அப்புறம் வீட்டுல ஒவ்வொரு நாளும் பிரச்சனை ... எங்களுக்கு குழந்தை இல்லைன்ற பிரச்சனையும் சேர்த்து தினம் தினம் எங்களுக்குள் சண்டை சச்சரவு ... நிம்மதி இல்லாத வாழ்க்கை... இந்த நிம்மதி இல்லாத வாழ்க்கையில கொஞ்சம் கொஞ்சமா கான்சென்ட்ரேஷன் குறைஞ்சு என்னுடைய பட வாய்ப்புகளும் குறைய ஆரம்பிச்சுது.. ஒரு கட்டத்துல ஃபீல்டை விட்டே ஒதுங்கிட்டேன்... படிப்படியா அப்படியே ஜனங்களும் என்ன மறந்துட்டாங்க... உண்மையை சொல்லப்போனா நான் என் மனைவியை கொல்லவே இல்லை ... தினமும் சண்டை நடக்கும் ... ஆனா அன்னைக்கு நடந்த சண்டையில அவ கோவமா மாடியிலிருந்து ஓடி வர, கால் தவறி படிக்கட்டுல விழுந்து உருண்டு தலையில பலத்த காயங்களுடன் இறந்து போயிட்டா ... நான் அவளை மாடியிலிருந்து கீழே தள்ளி கொலை செய்துட்டேன்னு, அவளோட உறவுக்காரங்க எனக்கு தண்டனை வாங்கி கொடுத்துட்டாங்க... ஆனா, எனக்கு தூக்கு தண்டனை கிடைச்சதை பத்தி கொஞ்சம் கூட வருத்தமாவே இல்ல... இதோ நாளைக்கு எனக்கு தண்டனையும் நிறைவேற போகுது... மேல் முறையீடுக்கு போயிருந்தா, எனக்கு இந்த தூக்கு தண்டனை இல்லாம கூட போய் இருக்கலாம்! ஆனா, எனக்கு அதுல

துளியும் விருப்பமில்ல... எனக்குன்னு இப்போ யாருமே இல்ல... நான் வெளியில வந்து மட்டும் என்ன பண்ண போறேன்... இப்பதான் எனக்கு உண்மையிலேயே கடவுள் மேல நம்பிக்கை வந்திருக்கு சார் - நம்ம குற்றங்கள் செய்யும் போது யாரு நம்மள பாக்க போறாங்கன்னு நினைச்சுட்டு குற்றங்கள் செய்யறோம் - ஆனா, அதுக்கான தண்டனை நமக்கு நிச்சயம் கிடைக்கும்ன்றத நான் இப்போ உணர்றேன்... எனக்கு கல்யாணம் ஆகுறதுக்கு முன்னாடி என்னுடைய அக்கா பொண்ணு தேவியை கதற கதற பலமுறை கற்பழிச்சிருக்கேன்... என் தேவிக்கு அதனால மனநலம் பாதிக்கப்பட்டு ஊரைவிட்டே போயிட்டாங்க... அதுக்கு அப்புறம் நானும் சென்னை வந்து பெரிய நடிகராகிற சந்தர்ப்பம் கிடைச்சது... ஒரு நாள் நியூஸ்ல கூட பாத்திருப்பீங்க நடிகர் வினோத் காந்தை கல்லால் அடிச்ச ஒரு மனநலம் பாதிக்கப்பட்ட பொண்ணு அடிச்சுட்டு ஓடிடுச்சுன்னு - அதுக்கப்புறம் என்னோட அசிஸ்டன்ட் மூலமா கார் ஆக்சிடெண்ட் ல அந்த மனநலம் பாதிக்கப்பட்ட பெண் இறந்துட்டா அப்படின்னு தெரிஞ்சுகிட்டேன் அது என் தேவிதான்னு எனக்கு தெரியும்... அப்ப கூட எனக்கு ஈகோ... எனக்கு இருந்த பேர் புகழ் பணம் இளமை இதெல்லாம் என் கண்ண மறச்சிடுச்சு... அப்போல்லாம் எனக்கு தண்டனை கிடைச்சிருந்தா கூட இந்தளவுக்கு தண்டனையை உணர்ந்திருக்க மாட்டேன்... கடவுளுக்கு தெரியும் எப்போ எப்படி ஒரு குற்றத்துக்கு தண்டனை கொடுக்கணும்னு...

அன்னைக்கு சுதந்திர தின விழாவுக்கு உங்க மகளும் மனைவியும் வந்திருந்தாங்க... உங்க மகள பாக்கும்போது அப்படியே என் தேவி சாயலில் இருந்தா அதனாலதான் இறக்குறதுக்கு முன்னாடி கடைசியா என் கதைய உங்க கிட்ட சொல்லணும்னு தோணுச்சு... ஏதோ என் பாரத்தை கொஞ்சம் இறக்கினா மாதிரி இருக்கு சார்... என் தேவி இப்போ உயிரோட

இல்ல- நாளைக்கு நான் அங்கே போகும்போது அவகிட்ட நேரடியா போய் மன்னிப்பு கேட்டுக்குறேன்..." அப்படின்னு கதறிக் கதறி அழுதான்" என்று இந்த கதையை சொல்லி முடித்த உடனேயே, சரஸ்வதி எல்லாம் புரிந்து கொண்டவளாக, "இப்ப என்ன பண்ணலாம் சொல்லுங்க.." என்று கேட்க, "ராணி சின்ன பொண்ணு அவளுக்கு இதெல்லாம் தெரிய வேண்டாம்... ஆனா பொன்னன் அனாதை இல்ல, அதனால அவனுக்கு நாம எல்லாத்தையும் செய்து முடிப்போம்..." என்று சுரேஷ் சொன்னது மீண்டும் மனதில் ஓட, ராணி பொன்னனுக்கு எல்லா காரியங்களையும் செய்து முடிக்க, கூடவே துணை இருக்கிறார்கள் சுரேஷும் சரஸ்வதியும்...

எல்லாம் முடிந்து மூவரும் தனியாக இருக்கும் போது, "ராணி, பொன்னன் ஒரு காலத்துல ஒரு பெரிய நடிகரா இருந்த நபர் ... அவனுக்கு வேற யாரும் இல்ல... அவனுக்கு என்னமோ தன்னோட சொத்துக்கள் எல்லாம் உன் பெயரில் எழுதி வைக்கணும்னு தோணி இருக்கு ... பொன்னன் எழுதின உயில்... இத வாங்கிக்கோ..." என்று சொல்ல, "எனக்கு யாரோட சொத்தும் வேண்டாம்! ஒண்ணும் வேண்டாம்! எனக்கு அப்பா அம்மாவா நீங்க இருக்கிறதே எனக்கு போதும் - நீங்கதான் என் உண்மையான சொத்து...! என்ன பாக்கறீங்க அப்பா... நேத்து ராத்திரி அம்மாகிட்ட நீங்க பேசினது எல்லாத்தையும் நான் கேட்டேன்... இப்ப கூட நீங்க என் மனசு புண்படக் கூடாது அப்படின்றதுக்காக தான் என்கிட்ட உண்மைய சொல்லலை - இனிமேலும் சொல்ல மாட்டீங்கன்னு எனக்கு தெரியும்... ஆனா உயிரோடு இருக்கும் போதே என் பாட்டி என்கிட்ட எல்லாத்தையுமே சொல்லியிருக்காங்க ... நீங்க ரெண்டு பேரும் மட்டும் இல்லனா நான் உயிரோடு இருந்திருப்பேன்னான்னு கூட சொல்ல முடியாது.... எங்க அம்மாவ பைத்தியமாகி,

எங்களை பிச்சை எடுக்கிற நிலைமைக்கு ஆளாகின அந்த ஆளை என்னால அப்பான்னு ஒத்துக்கவே முடியாது - அதனால எனக்கு இந்த சொத்து வேண்டவே வேண்டாம்- இந்த உண்மை எல்லாம் தெரிஞ்ச பிறகும் நான் ஏன் அவனுக்கு காரியம் பண்ணேன் தெரியுமா - அப்படி பண்ண சொன்னது நீங்க - அதாவது என்னோட அப்பா - உங்களோட பேச்ச நான் எப்பவுமே மீற மாட்டேன்... அது மட்டுமில்ல எல்லாத்தையும் அரைகுறையா விட்டுட்டு அம்போன்னு போறதுக்கு நான் அந்த ஆளோட பொண்ணு இல்ல - கடமை தவறாத எங்க சுரேஷ் அப்பாவோட பொண்ணு..." என்று ஆணித்தரமாக பேசிக் கொண்டிருந்தவள், சட்டென்று மாறியவளாய், "சரி மா நாளைக்கு காலையில காலேஜுக்கு சீக்கிரமா போகணும் ஸ்பெஷல் கிளாஸ் இருக்கு- அப்பா தான் என்னை கொண்டு போய் விடணும்......" என்று தன்னுடைய சுரேஷ் அப்பாவை அணைத்துபடி சொன்ன ராணியை, கண்களில் நீர் பொங்க அப்படியே இழுத்துப் பிடித்து அணைத்து கொள்கின்றனர் இருவரும்..!

www.ingramcontent.com/pod-product-compliance
Lightning Source LLC
La Vergne TN
LVHW041232150826
845673LV00008B/2362

* 9 7 9 8 8 9 2 7 7 3 3 9 3 *